தீப்தி

பாக்யலட்சுமி.கு

ஏலே பதிப்பகம்

ISBN : 978-93-5533-094-9
Page : 113

பாக்யலட்சுமி. கு

சமர்ப்பணம்
தொடர்ந்து என்னை ஆதரித்துக்கொண்டிருக்கும்
வாசகர்களுக்கும் அன்பான தோழமைகளுக்கும் இந்த
நூலை சமர்ப்பிக்கிறேன்.

அத்தியாயம் -1

இருள் சூழ்ந்த நேரமது, இரவு போர்வைக்குள் தன்னை உள்ளடக்கிக்கொண்டு குளிர்காய்ந்துக் கொண்டிருந்தது நிலவு. நிலாவின் வெளிச்சமோ பூமியில் லேசான பிரகாசத்தை வீசிக்கொண்டிருந்தது .வானத்தில் ஆங்காங்கே தோன்றிய நட்சத்திரங்களும் வைரம் போல மின்னிக்கொண்டிருந்தது

சற்று நேரம் தனது லேப்டாபில் அலுவலக வேலைகளை செய்து முடித்துவிட்டு கண்ணயர்ந்தாள் தீப்தி. முப்பது வயதினை எட்ட இன்னும் இரண்டு மாதமே உள்ளன என்றாலும் இன்னும் கல்லூரி மாணவி போல் தோற்றம் அளிக்கும் அளவுக்கு அழகினை தனக்குள் பூட்டிவைத்தவள்.

கல்லூரி நாட்களில் இவளுக்கு காதல் ப்ரொபோஸல் தராத ஆண்களே இல்லை. ஆம் அவள் கல்லூரி நாட்களில் அவளுடன் படிக்கும் சக மாணவர்கள் மத்தியில் இவள் ஒரு அழகு தேவதை . ஆனால் இவள் தான் சற்று வித்தியாசமானவள். காதல் என்றாலே எட்டடி தூரம் செல்வாளே தவிர நெருங்கி வர வாய்ப்பே இல்லை. அப்படி பல காதல் அணுகலை தட்டி கழித்தவள்.

இவளுக்கென்று சில கோட்பாடுகளும் உண்டு. பொதுவாக ஆண் நட்புக்கள் அவ்வளவு கிடையாது இருந்தாலும் அது அறிதே. தனக்கு மிகவும் நம்பிக்கையானவர்களை தவிர யாரிடமும் பழகமாட்டாள். அப்படி பழகியபின்பு பிடிக்கவில்லை என்றால் அந்த நட்பினை தூக்கி எறியவும் தயங்கமாட்டாள். இப்படி பட்டவளுக்கு திருமணம் செய்து வைப்பது என்பது சவாலான விஷயம் தான். திருமண பேச்சினை எடுத்து பலமுறை இயலாமல் தோற்றுப்போனாள் இவளுடைய அக்கா திவ்யா.

தீப்தி பிறந்தநொடியே அவளுடைய தாய்
பிரசவத்தில் இறந்துவிட்ட நிலையில் தந்தை தான் இவர்கள்
இருவரையும் வளர்த்து ஆளாக்கினார் தாயுமானவராய்.
ஆனால் என்ன துர்திஷ்டமோ மனைவி சென்ற இடத்திற்கே
சென்றுவிட்டார். ஆம் இரண்டு வருடம் முன்பு ஒரு விபத்தில்
இறந்துவிட தற்போது தீப்திக்கு ஆதரவு அக்கா திவ்யாவும்
,அவர் கணவர் பிரகாஷ்ஹும்.

பிரகாஷின் குடும்பத்தினர் தீப்தி இங்கு தங்குவதற்கு எந்த
தடையும் சொல்லவில்லை என்றபோதிலும் ரொம்ப நாள்
இங்கே இருந்துவிடமுடியுமா என்ன அதனால் தான்
ஹாஸ்டலில் தங்க முடிவு எடுத்திருந்தாள். இதற்கிடையில்
திவ்யா கருவுற்ற செய்தி கேட்டதும் அவளை விட்டுச் செல்ல
மனமில்லாமல் அங்கேயே இருந்துவிட்டாள் தீப்தி.

திருமணமாகி பத்து வருடங்கள் கடந்த பின்பு திவ்யா
கருவுற்றிருக்க அவளை கண்ணும் கருத்துமாக
பார்த்துக்கொள்வது தீப்தியின் கடமையும் ஆயிற்று.
அதனால் தான் வீட்டிலிருந்தபடியே ப்ராஜக்டை முடித்து
தருவதாக தனது பாஸிடம் சொல்லிவிட்டு
வீட்டிலிருந்தபடியே வேலை செய்கிறாள்.

ஒரு மென்பொருள் நிறுவனத்தில் ப்ராஜக்ட்
எக்ஸிகியூட்டிவ் பதவியில் வேலை செய்பவளுக்கோ வேலை
பளு அதிகம் தான். ஆனால் என்ன செய்ய அக்காளை
பார்த்து கொள்ளும் பொறுப்பு அவளுக்கும் உண்டு.

மறுநாள் காலைப்பொழுதில் துயில் எழுந்தவள் அயராது
அவள் அறையில் உறங்கிக்கொண்டு இருக்கும்
திவ்யாவிற்கு கையில் இரண்டு தேநீர் கோப்பையுடன் வந்து
எழுப்பினாள்.
"அக்கா எழுந்திடு மணி ஏழாச்சு" என்று அவளருகில்
அமர்ந்தபடி எழுப்ப அவளும் கண்களை பிதுக்கியப்படி

"என்னடி அதுக்குள்ள ஏழாயிடுச்சா" என்று கேட்க...

"ம்ம் நல்லா கேட்ட போ... மாமா எழுந்து டிபன் சாப்பிட்டு ஆபிஸுக்கு போயாச்சு . நீ என்னடா நா கும்பகர்ணனுக்கு அக்கா மாதிரி நல்லா அசந்து தூங்கிட்டு இருக்க." என்று நமட்டு சிரிப்பை உதிர்க்க வெடுக்கென்று எழ நினைத்தவளை கையில் தாங்கியபடி

"அக்கா இந்த மாதிரி நேரத்தில் நீ எழுறது நடக்குறது எல்லாம் பொறுமையாக செய்யணும் கா" என்க.

"பெரியமனுஷி,எனக்கு அம்மா இல்லாத குறையை நீ தாண்டி தீர்த்து வைக்கிற " என்று சொன்னவுடன் தீப்தியோ "அய்யோ அக்கா என்ன நீ பெரிய பெரிய வார்த்தை எல்லாம் பேசிக்கிட்டு இதெல்லாம் நான் உனக்கு செய்ய வேண்டிய கடமை அக்கா. " என்று அவள் கன்னத்தை செல்லமாக கிள்ள..

"சரி சரி அத்தை கூப்பிடுறாங்க வா டீ குடிச்சிட்டு கீழே போவோம்" என்று மாமியாரின் குரலில் அரக்கபரக்க தேநீரை அருந்திவிட்டு அக்கா தங்கை இருவரும் கீழே இறங்கி வந்தனர். டூப்லக்ஸ் வீடு என்பதால் படுக்கையறை மேலே அமைந்திருக்க ஒவ்வொரு முறையும் படி இறங்கி ஏற கட்டாயம் வேறு.

"அம்மாடி திவ்யா உனக்கு எத்தனை வாட்டி சொல்றது கீழே இருக்கிற என்னுடைய அறையில் தூங்கு என்று. இந்த மாதிரி நேரத்தில் மேலயும் கீழியும் ஏறி இறங்கினா நல்லதுக்கு இல்லை என்று சொல்ல..

'அக்காவுக்கு ப்ரகாஷ் மாமாவை பிரிந்து தனியாக படுக்க முடியுமா என்ன' என்று தீப்தி முனவ.

"ஏய் தீப்தி சும்மா இருடி"என்று முனுமுனுத்தாள் திவ்யா. கணவன் அலுவலகம் சென்றதும் அக்கா தங்கை ராஜ்யமே. என்னதான் திவ்யாவின் மாமியார் மீனாட்சி மற்றும் மாமனார் ராஜேந்திரன் வீட்டில் இருந்தாலும் இவர்கள் ஜாட்டியை பெரியதாக எடுத்துக்கொள்வதில்லை.

இருப்பினும் மாமியார் குரல் கொடுத்தால் போதும் உடனே எழுந்து வந்து "என்னங்க அத்தை கூப்டிங்களா" என்பாள் திவ்யா.

"சரி சரி திவ்யா பாத்து பத்ரம் வெண்ணீர் பிடிச்சு வச்சுருக்கேன் போய் குளிச்சிட்டு வா" என்று மீனாட்சி அனுப்பி வைக்க அவளுக்கு தேவைப்படும் துணிமணிகளை தீப்தி எடுத்து வந்து தந்துவிட்டு தனது அலுவலக வேலையில் மூழ்கினாள்.

தனது லேப்டாப்பில் சமீபத்தில் பதிவேற்றம் செய்த கோடிங்கை சரிபார்த்து கொண்டிருந்தாள். அதில் இருக்கும் திருத்தங்கள் சரி செய்து பார்த்துக்கொண்டிருந்தாள்.

"ப்ச்ச் இந்த விஜய் ஏன் இப்படி பண்றாரு. இந்த புது ப்ராஜக்டை எக்ஸ்பீரியன்ஸ் மெம்பர்ஸ் கிட்ட தராமல் பயிற்சி பிரிவில் இருக்கிறவங்க கிட்ட கொடுத்துருக்காரு. அவ்வளவும் மிஸ்டேக்ஸ் தான் இருக்கு" என்று புலம்பி தள்ளிவிட்டு விஜயின் அழைப்பேசியிற்கு அழைப்பு விடுக்க போனை எடுத்து
"சொல்லுங்கள் தீப்தி " என்க

"என்ன விஜய் நீங்க அஸ்ய டீம் லீடரா நீங்க எதையும் வெரிஃபை பண்ண மாட்டிங்களா. இது சாதாரண ப்ராஜக்ட் இல்லை பேங்கிங் சாப்ட்வேர் . இதை கவனமாக பண்ணணும். டீம் மெம்பர்ஸ் ஜெனரேட் பண்ண கோடிங் எல்லாமே மிஸ்டேக்ஸ் " என்று பொறிந்து தள்ளினாள்.

அந்த அலுவலகத்தின் டீம் லீடரும் தீப்தியின் நண்பனுமான விஜயிற்கு இதெல்லாம் புதிதல்ல. தீப்தியின் குணத்தை நன்கு அறிந்தவனாயிற்றே. அவளுக்கு வேலையில் எல்லாம் துளிக்கூட தவறு இருக்கக்கூடாது. இருந்துவிட்டால் கோபம் உச்சிக்கு ஏறிவிடும்.

அவளை சமாதானம் செய்ய ,அவளும் சரி இனிமேலாவது கவனமாக இருங்கள் என்று பதிலளித்துவிட்டு போனை வைத்துவிட்டு வேலைகளை எல்லாம் முடித்தபின் மீனாட்சிக்கு சமையலில் உதவி செய்ய அடுப்பாங்கரைக்குச் சென்றாள்.

"ஆன்டி குடுங்க நான் ஹெல்ப் பண்றேன்" என்றபடி அவர் கையில் இருக்கும் வெஜிடேபிள் கட்டரை வாங்கிக்கொண்டு காய்கறிகளை நறுக்கினாள்.

"தீப்தி சும்மா சொல்லக்கூடாது நீ செம்ம ஸ்மார்ட்" என்று மீனாட்சி புகழாரம் சூட்ட அவளோ ஒன்றும் புரியாமல் விழிக்க..

"என்ன பாக்குற உண்மையைத்தான் சொல்றன். ஆபிஸ் வீடுனு எல்லாத்தலையும் பக்காவா இருக்க. எல்லா வேலையும் இழுத்துப்போட்டு செய்யுற எனக்கு மட்டும் இன்னொரு பையன் இருந்திருந்தால் நிச்சயம் உன்னை அவனுக்கு கட்டிவச்சிருப்பேன்" என்று சொன்னவுடன் வெட்கத்தில் தலை குனிந்தவள்

"அட போங்க ஆன்டி நீங்க வேற நான் கல்யாணமே வேண்டாம்னு இருக்கேன். நீங்க என்னடா னா " என்று சொல்ல அதைக்கேட்டு மீனாட்சி புன்னகையித்தபடி "என்னைக்கு இருந்தாலும் பொம்பள புள்ளைங்க கல்யாணம் பண்ணி தானே ஆகணும் " என்று சொன்னவர் அவர் தலையை வருடி
"ஒன்னும் பயப்படாத உன் நல்ல மனசுக்கு எல்லாம் நல்லதே நடக்கும்". என்று பேசியபடி இருவரும் சமையலை முடித்துவிட்டு வெளியே வந்தனர்.

அதற்குள் தனிமையில் அறையில் ஓய்வு எடுத்துக்கொண்டிருந்த திவ்யா.
"தீப்தி என்னடி பண்ற" என்று குரல் கொடுக்க அங்கு சென்று

"என்னக்கா கூப்டியா சொல்லு என்ன வேணும்" என்று கேட்க. அவளோ ஒன்றும் வேண்டாம் சற்று என் அருகில் அமரு என்று கூற அக்காவின் அருகில் அமர்ந்தவள் அவள் கால்களை பிடித்தப்படி

"சொல்லுக்கா என்கிட்ட எதாவது கேட்கணுமா"என்றாள் தீப்தி.

"எப்பவும் நான் சொல்ற விஷயம் தான் டி. நீ சீக்கிரம் கல்யாணம் பண்ணிக்க. எவ்வளவு நாள் தான் இப்படியே இருக்க முடியும்" என்க.

"வாஸ்தவம் தான் ஆனால் பொறுமையா எனக்கு பிடிச்ச மாதிரி மாப்பிள்ளை அமையும் போது கல்யாணம் பண்ணிப்பேன் கா. சும்மா காபி டம்பளரை நீட்டிக்கிட்டு ஏதோ ஷோகேஸ் பொம்மை மாதிரி நின்னு அவன் புடிச்சிருக்கா இல்லையானு முடிவு பண்ற சராசரி மேரேஜ் எனக்கு உடன்பாடு இல்லை. மனசுக்கு முதல்ல பிடிக்கணும். அப்றம் தான் எல்லாம்" என்று சொல்லி முடித்தவுடன். தன் தங்கையின் மனநிலையை புரிந்தபடி

"சரி டேக் யுவர் டைம் தீப்தி" என்று சொல்லிவிட்டு அருகில் இருந்த ஆப்பிள் பழத்தை சகோதரிகள் இருவரும் பகிர்ந்து உண்டனர்.

தீப்தியின் மனது தற்போது தெளிவாக புரிந்துவிட்டப்போது சற்று மனநிறைவு அடைந்தாலும் தாமதமின்றி விரைவில் அவளுக்கு ஒரு நல்ல வாழ்க்கை அமையவேண்டும் என்ற ஆசை திவ்யாவிற்கு மட்டுமின்றி வாசகர்களாகிய நமக்கும் இருக்கிறது அல்லவா.

....

அத்தியாயம் -2

அன்று வழக்கம் போல பிரகாஷ் அலுவலகத்திலிருந்து வீடு திரும்பிக்கொண்டிருந்த நிலையில் தன் நண்பனிடமிருந்து அழைப்பு வந்தது.
"ஹாய் பிரகாஷ் எப்படி இருக்க ?ஜாப் எல்லாம் எப்படி போகுது" என்று நலம் விசாரிக்க அதற்கு பதிலளித்துவிட்டு..

"ஆமாம் நீ மும்பையிலிருந்து எப்போ இங்கே வந்த தீரன் சொல்லவேயில்லை" என்று கேட்க தீரனோ நேற்று வந்ததாக பதிலளித்துவிட்டு சரி உன்னை சந்திக்க நாளைக்கு வீட்டுக்கு வரேன். என்று தகவல் அளித்துவிட்டு போனை வைத்துவிட தனது நீண்ட நாள் நண்பன் தீரனை சந்திக்கும் மகிழ்ச்சியில் உரைந்துப்போனான் பிரகாஷ்.

தீரனும் பிரகாஷும் ஒரே பள்ளியில் படித்தவர்கள் எனினும் பள்ளிக்கல்வியிற்கு பிறகு வெவ்வேறு துறையில் படிக்க சென்றுவிட்டதால் அவர்களது நட்பு சற்று தடைப்பட்டது. தீரன் பிரகாஷை விட இரண்டு வயது சிறியவன் தான் என்றாலும் இருவருக்கும் இடையே இருந்த நட்பு மிகவும் ஆழமானது. தீரனை பொறுத்தவரை அதை சகோதத்துவமாகவும் கருதினான்.

தீரனுக்கு உடன்பிறந்த அண்ணன் இருப்பினும் பிரகாஷையும் தன் சகோதரனாக நினைத்துக்கொண்டு இருந்தான். பிரகாஷும் அவ்வளவே அவனுக்கு உடன்பிறந்தவர்கள் யாரும் இல்லாத காரணத்தாலோ என்னவோ தீரன் மீது அளவுக்கடந்த அன்பினை செலுத்தினான்.

இன்று தீரனோ மும்பையில் உள்ள புகழ்பெற்ற ஓர் மருத்துவமனையில் இருதய அறுவை சிகிச்சை நிபுணர். டாக்டர் தீரன் என்றால் தெரியாதவர்கள் யாரும் இருக்க முடியாது. அந்த அளவுக்கு அவன் பிரபலமான மருத்துவர்.

தீரனைப்பற்றி தெரிந்துக்கொள்ள இன்னும் நிறைய இருக்கிறது என்றாலும் இப்போதைக்கு இது மட்டுமே போதும். நாளை வீட்டிற்கு வருகிறான் என்ற செய்தியை பிரகாஷ் வீட்டில் தெரிவிக்க அதற்கான ஏற்பாடுகள் எல்லாம் செய்யப்பட்டன.

அவனுக்கு பிடித்த பலகாரம் எல்லாம் மீனாட்சி செய்யத்துவங்கியபோது சமையலறையில் உதவிக்கு வந்த தீப்தி "ஆன்டி யார் அந்த தீரன்,எதுக்கு அவரு வராருனு நீங்க இவ்வளவு ரிஸ்க் எடுத்து பலகாரம் எல்லாம் செய்றீங்க" என்று வினவ...

"அய்யோ தீப்தி சத்தமா சொல்லாத பிரகாஷ் காதுகளில் விழப்போகுது அப்றம் கோபிச்சிக்கப்போறான்" என்றுரைக்க..

"ஓ..அந்த அளவு முக்கியமான ஆளா அந்த தீரன் அது சரி" என்று சொல்ல..அதற்குள் உள்ளே நுழைந்த பிரகாஷ்.

"ஓய் வாலு என்ன பேச்சு. என் ப்ரண்டு வருவதுல உனக்கு என்ன பிரச்சனை" என்று கேட்டவாறு சிரிக்க..

"ஐயோ மாமா நான் ஆன்டி கிட்ட பேசினதை எல்லாம் காதுல வாங்கிட்டிங்களா சாரி நான் அந்த அர்த்தத்துல கேக்கவில்லை" என்றுரைக்க...

"சரி சரி....நீ போய் திவ்யாவை பார்த்துக்க நான் அம்மாவுக்கு உதவி பண்ணிக்கிறேன்" என்று திவ்யா இருக்கும் அறையிற்கு தீப்தியை அனுப்பி வைத்தான் பிரகாஷ்.

அவன் வீட்டிற்கு வரும்வரை வீடுமுழுவதும் அவனைப்பற்றிய பேச்சுவார்த்தை தான் ஓடிக்கொண்டிருந்தது. அவன் வருகையைப் பற்றிய எதிர்பார்ப்பு நம் தீப்தியின் மனதிலும் முளைக்கத்துவங்கியது.

தீப்தி

பொதுவாக ஒருவரைப்பற்றி பேசிக்கொண்டு இருக்கையில் முகம் தெரியாத அவர்கள் எப்படி இருப்பார்கள் என்ற சிந்தனை மனதில் ஓடுவது சகஜம் தான் அந்த சிந்தனை தான் அவர்களை பார்க்கவேண்டும் என்ற அவாவைத் தூண்டிவிடும் அப்படித்தான் நம்ப தீப்தியிற்கும்.

அன்று அலுவலக வேலையில் மூழ்கியிருந்தவளுக்கோ "தீரா வாடா" என்று பிரகாஷ் அழைக்கப்படும் சத்தம் கேட்க லேப்டாப்பை மூடிவைத்துவிட்டு தனது தலையை சீர்செய்து ஒதுக்கிவிட்டு பிறகு துப்பட்டாவை அணிந்துக்கொண்டு ஓடிவந்தாள் தீப்தி.

எல்லோரிடமும் இயல்பாக பேசிக்கொண்டு இருந்த தீரனை பார்த்தவளுக்கு அவனது நேர்த்தியான உடல் அமைப்பும் அவனது இயல்பான பேச்சுக்களும் ஈர்க்கப்பட்டது. அவனருகே அமர்ந்திருந்த அந்த நான்கு வயது குழந்தையை பார்த்தவுடன் ஆச்சரியமும் ஆட்கொண்டது.

"இந்த குழந்தை அவருடையதா" என்ற சந்தேகம் எழுவதற்கும் அந்த குழந்தை அவனை "அப்பா" என்று அழைத்ததுக்கும் சரியாக இருந்தது.

"அப்றம் இவங்க திவ்யாவோட சிஸ்டர்" என்று அறிமுகம் செய்து வைத்தான் பிரகாஷ். அவனும் புன்னகையித்தபடி "ஹலோ யுவர் குட் நேம் ப்ளீஸ்" என்று கேட்டப்படி கைகுலுக்க அவளும் "தீப்தி" என்று புன்னகையித்தாள்.

அதற்குள் அவன் கைகளில் ஏந்தியபடி இருந்த அந்த நான்கு வயது பெண் குழந்தை அவன் காதுகளில் ஏதோ கிசுகிசுத்தது.
"ஷ்ஷ்ஷ்..." என்று சைகையால் குழந்தையை அமைதிப்படுத்திவிட்டு தனது உரையாடல்களை தொடர்ந்து கொண்டிருந்தான்.

இதற்கிடையில் திவ்யா அறையிலிருந்து வெளியே வந்து "ஹலோ தீரன் வாங்க வாங்க எப்படி இருக்கீங்க சாரி நான் ரூம்ல ரெஸ்ட் எடுத்துட்டு இருந்தேன்" என்று முகத்தை பாவமாக வைத்துக்கொள்ள..

"அட !இந்த மாதிரி நேரத்தில் ரெஸ்ட் எடுக்கலைனா தான் தப்பு மிஸஸ் திவ்யா" என்று சிரித்துக்கொண்டே கூறினான் தீரன். அந்த குழந்தையோ திவ்யாவின் வயிற்றைத் தொட்டு தடவி "ஆன்டி உள்ள பேபி இருக்கா"? என்று மழலை மொழியில் கேட்க..

"ஆமாம் டி தங்கம்" என்று அந்த குழந்தையின் நெற்றியில் முத்தம் பதித்தாள் திவ்யா. மீனாட்சி தனக்கு அருகில் இருக்கும் தீப்தியை வந்தவருக்கு பலகாரம் பறிமாறும்படி சொல்ல சற்று தயங்கியபடி நின்றாள் தீப்தி..

"என்ன தீப்தி மசமசனு நிக்கிற போ போய் எடுத்துட்டு வா" என்று அனுப்பி வைக்க அவளும் சமையலறைக்குச் சென்று ஒரு தட்டில் பலகாரங்களை அடுக்கி எடுத்து வந்து அவன் முன்பு நீட்டினாள் ஆனால் அவன் முகத்தை நேரே எதிர்க்கொள்ள தயங்கியபடி தனது பார்வையை வேறெங்கோ செலுத்தினாள்.

"தீப்தி மா யு லுக் ஸோ க்யூட்" என்றது அந்த மழலை விலுக்கென்று.

அந்த மழலை சட்டென்று "மா" என்று சொன்னதும் அவளுக்கு ஒன்றும் விளங்கவில்லை. ஆனால் அந்த வார்த்தையில் இருந்த ஒருவித பாசம் அவளுக்கு பிடித்துப்போயிற்று.

"செல்லம் உன் பேரு என்னடா " என்றாள் தீப்தி.

"அனாமிகா" என்று புன்னகையித்தபடி கூறியது அந்த சிறுபிள்ளை.

தீப்தி

"சரி டா குட்டிமா உனக்கு எதாவது சாப்பிட வேண்டுமா" என்று தீப்தி வினவியதும் வேண்டாம் என்று தலையசைத்தது. இதை வெகுவாக கவனித்துக்கொண்டிருந்தான் தீரன்.

சற்று நேரத்தில் நண்பர்கள் இருவரும் தங்களது கடந்த கால பள்ளி நாட்களை அசைப்போட்டப்படி இருக்க. அந்த குழந்தை அனாமிகா தீப்தியிடம் வந்து ஒட்டிக்கொண்டது.

"தீப்தி மா. வாங்க எதாவது விளையாடலாம்" என்றதும் அவளும் மறுப்பு தெரிவிக்காமல் விளையாடிக்கொண்டிருந்தாள். அந்த மழலையோடு தானும் ஒரு மழலையாக மாறினாள். தீரன் விடைப்பெற்று கொள்ளும் நேரம் நெருங்கியது.

"அனாமிகா வா கிளம்பலாம்" என்று குரல் தந்ததும் அந்த குழந்தை வர மறுத்தது.

"டேட் நான் வரலை நீங்க போங்க நான் தீப்தி மா கூட விளையாடணும்" என்றதும் அவளை தூக்கி கையில் அடக்கமாக வைத்துக்கொண்டு தலையை வருடியபடி "செல்லம் இன்னொரு நாள் வரலாம் டா வீட்டுக்கு போகணும் டா. தாத்தா பாட்டி எல்லாம் வெயிட் பண்ணுவாங்க" என்று கூறியதும்.

"சரி ஓகே அப்போ இன்னொரு நாள் கூட்டிட்டு வரியா" என்று ஏக்கமாக அந்த குழந்தை கேட்க அவனும் தலையசைத்துவிட்டு அவளை காரில் அமர்த்தி தானும் ஏறிக்கொண்டான்.

சாவியை செலுத்தி காரை கிளப்பினான். போகும் வழியெங்கும் அனாமிகா தீப்தியை பற்றியே பேசிக்கொண்டு இருக்க அவனுக்கு வியப்பாகவே இருந்தது. அவ்வளவு சீக்கிரம் யாரிடமும் ஒட்டிக்கொள்ளாத அனாமிகா இன்று தீப்தியிடம் இந்த அளவு ஒட்டிக்கொண்டது ஆச்சரியம் தான்.

வீட்டிற்கு வந்து இறங்கியதுமே குழந்தை வீட்டினுள்
நுழைந்து தாத்தா பாட்டியிடம் வந்து அமர்ந்துக்கொண்டது.
"டேய் தீரா என்னடா இவ்வளவு லேட். மும்பைலதான்
எந்நேரமும் கன்சல்டேஷன் அது இதுனு சுத்திட்டு இருப்ப
இங்க சென்னைல ஆச்சும் வீட்டில் இருப்பனு பார்த்தா
இங்கேயும் அதே கதி தானா" என்றுரைக்க.

தனக்கே உரிய அந்த வசிகர புன்னகையை
பரிசளித்துவிட்டு
"அப்படி எல்லாம் இல்லை மாம் ப்ரண்ட்ஸ் எப்படி
பார்க்காமல் இருக்க முடியும்" என்றதும்

"அது சரி சென்னைல தானே உனக்கு ப்ரண்ட்ஸ் அதிகம்"
என்று தாய் ரேவதி சப்புக்கொட்டிவிட்டு. தன் வேலையை
கவனிக்கலானார். தந்தையோ இங்கு வந்தும் பிஸினஸ்
பிஸினஸ் என்று வேலையாகவே இருக்க தாயின்
வருத்தத்தை புரிந்தவன். அவர் அருகில் சென்று

"மாம். டோன்ட் வொரி இதுக்கப்பறம் எங்கேயும் போல
போதுமா உங்கள் கூடத்தான் இருக்கப்போறன். வாங்க
இரண்டு பேரும் சேர்ந்து சமைப்போம்" என்றவுடன்.

"டேய் உனக்கு எதுக்கு இந்த வேலையெல்லாம்"
என்றுரைக்க..

"ம்ம்ம் ஏன் செய்தால் தான் என்ன குடுங்க மா நான் ஹெல்ப்
பண்றேன்" என்று சமையலில் உதவினான் தீரன்.
சென்னையில் இருக்கும் வீடு இவர்களது பூர்வீக வீடு.
அவ்வப்போது சுத்தம் செய்ய ஆட்கள் உண்டு. இங்கு
வந்தால் எல்லா சவுகரியமும் அமையும்படி இருக்கும்.

எவ்வளவு தான் வசதிகள் வந்தாலும் சமையலுக்கு ஆள்
வைப்பதற்கு எல்லாம் ரேவதியிற்கு பிடிக்காத காரியம்.
ரேவதியின் மீன் குழம்பிற்கு தீரன் என்றும் அடிமை.

தீரனின் வாழ்வில் தாய் ரேவதியிற்கு தான் முதல் இடம் ஆனால் அனாமிகா பிறந்த பின்பு அந்த இடத்தை அவள் பிடித்துக்கொண்டாள்.

அவனுடைய வாழ்வில் ஒரு வெற்றிடமும் உண்டு . கதை போகும் போக்கில் வாசகர்களுக்கு புரியும்

அத்தியாயம் -3

அன்றைய இரவுப் பொழுது ஆரம்பமானது. எப்போதும் இரவு நேரத்தில் கூட வேலையில் மூழ்கியிருப்பவளுக்கோ சற்று ஆசுவாசபடுத்திக்கொள்ள தோன்றியது. தனது அறையோடு ஒட்டியிருந்த பால்கனியில் நின்று வானத்தை உற்று நோக்கியபடி நின்றிருந்தாள்.

அழகான கருவானத்தில் ஆங்காங்கே டால் அடித்துக்கொண்டு இருக்கும் நட்சத்திரங்களை ரசித்தப்படியே மனதில் எதையோ சிந்தித்துக்கொண்டிருந்தாள். என்னவோ தெரியவில்லை அனாமிகாவுடன் ஒன்றிவிட்டது போல ஓர் உணர்வு.

திருமணமே ஆகாத தன்னிடம் அம்மா என்று அழைத்து தாய்மையை உணரவைத்தவள். எந்த அளவு ஏக்கம் இருந்தால் தன்னை அம்மா என்றழைத்திருப்பாள். அப்படியென்றால் மிஸ்டர் தீரனின் மனைவி எங்கே? என்றபடி சிந்தனை மேற்கொள்ள அவளுக்கு குழப்பம் தான் மிஞ்சியது.

ஆனால் தீரனின் வாழ்க்கையை பற்றி தெரிந்துகொள்ள ஆர்வம் மிகுதியானது. யார் இந்த தீரன் ? இந்த அளவு பிரகாஷ் மாமாவின் மனதில் தீரனுக்கு நல்ல இடமிருப்பதால் நிச்சயம் தீரன் நல்லவனாகவே இருக்க வேண்டும்.

சமுதாயத்தில் ஒரு டாக்டராக நல்ல அந்தஸ்த்தில் இருப்பவர் தான். ஆனால் தனிப்பட்ட வாழ்க்கையில் என்ன பிரச்சனை? வீட்டுக்கு வந்தப்போது கூட மனைவியைப் பற்றி ஏதும் பேசவில்லையே. சரி போகட்டும் அக்காவிடம் கேட்டு தெரிந்துகொள்வோம் என மெத்தைமேல் சாய்ந்தாள். சில மணிநேரத்தில் நித்திரா தேவி அவளை தழுவிக்கொண்டாள்.

மறுநாள் பொழுது விடிந்ததும் விடியாததுமாக அரக்கபரக்க எழுந்தவள் வழக்கம் போல் திவ்யாவின் அறைக்குச் செல்ல

தீப்தி

"தீப்தி என்னடி இவ்வளவு சீக்கிரம் எழுந்திட்ட " என்று திவ்யா வினவ.

"ஒன்னுல கா உன்கிட்ட கொஞ்சம் பேசணும்" என்க.

"சரி சரி பேசுவோம். பிரகாஷ் வேற தூங்கிட்டு இருக்காரு. வா வெளியே போய் டீ குடிச்சிட்டு அப்றம் பேசுவோம்" என்றதும் சரி என்றபடி இருவரும் தேநீர் கோப்பையயோடு வீட்டின் முன்புறம் உள்ள தாழ்வாரத்தில் அமர்ந்தனர். மணி என்னமோ 6.30 தான்.

உடல் அசதியால் மீனாட்சியும் நல்ல உறக்கத்தில் இருக்க. ராஜேந்திரன் வெளியே வாக்கிங் சென்றிருந்த நிலையில் வீடே நிசப்தமான சூழ்நிலையில் தான் இருந்தது.

தேநீரை சுவைத்தப்படி "சொல்லு தீப்தி என்ன காலங்காத்தால என்கிட்ட எதையோ கேக்க நினைக்கிற" என்று கேக்க அவளோ ஆமாம் என்றபடி தலையசைத்து.

பிறகு தனது சந்தேகத்தை முன்வைத்தாள்.
"மிஸ்டர் தீரன் பத்தி எனக்கு ஒரு சின்ன சந்தேகம் அதான். ஆமாம் அவருக்கு மனைவி எங்கே இருக்காங்க. அந்த குழந்தை அனாமிகா அம்மா பாசத்திற்காக ஏங்குற மாதிரி தெரியுதே" என்று கேக்க.

"ஏன்டி இதை இவ்வளவு காலங்காத்தால கேக்கணுமா என்ன? இவ்வளவு அக்கறையா ." என்க

"அட நீவேற அக்கா அந்த குழந்தை அம்மாணு சொன்னது மனசை போட்டு துளைச்சிட்டே இருக்கு. சொல்லப்போனால் நேத்து நைட் ஆபிஸ் வேலையைக்கூட பார்க்கல இதை நினைச்சிட்டு இருந்தேன். இதை இப்பவே தெரிஞ்சிக்கிட்டா நிம்மதியாக ஆபிஸ் வேலையை பார்ப்பேன்" என்று சொன்னவுடன்.

தங்கையின் மாற்றத்தை சற்று உணர்ந்தவளாக திவ்யா அவளிடம் "ஆமாம் தீப்தி நீ மிஸ்டர் தீரன் மேல இம்ப்ரஸ் ஆகிட்டியா. " என்று வெடுக்கென்று கேட்டுவைக்க..

"அக்கா..என்ன பேசுற நீ அவரை பற்றி தெரிஞ்சிக்க நினைச்சா உடனே இம்ப்ரஸ் ஆகிட்டாங்கனு அர்த்தமா. நீ சொல்லவே வேண்டாம் போ" என்று கோபித்துக்கொண்டு தனது அறையில் இருக்கும் குளியலறைக்குள் சென்றாள்.

சற்று நேரத்தில் ஸ்நானம் முடித்துக்கொண்டு வெளியே வந்தவள் தலையை துவட்டியவாறு தனக்கு தானே உரைக்கலானாள்.
"ஆமாம் அக்கா கேட்டமாதிரி நான் ஏன் தீரன் விஷயத்தில் இவ்வளவு இன்ட்ரஸ்ட் காட்டுறேன். என்னோட நேச்சர் இது இல்லையே "என்று குழம்பியவள்.

'சரி நம்ப வேலையைப் பார்ப்போம். அவரவர் வாழ்க்கையின் விதி நாம என்ன செய்ய முடியும். அவரோட லைப் பற்றி தெரிஞ்சிக்கிட்டு நான் என்ன சாதிக்க போறேன்" என்று சிற்றுண்டி சாப்பிட கீழே இறங்கி வந்தாள்.

அங்கு பிரகாஷ் உணவு அருந்தும் மேஜையில் தட்டில் நாலு இட்லியை வைத்துக்கொண்டு ரசித்து சாப்பிட்டு கொண்டிருக்க..

"இன்னைக்கும் இட்லியா " என்ற சலிப்புடன் தீப்தியும் அமர..

"என்ன மச்சினிச்சி.. இன்னைக்கும் இட்லினு கடுப்பாகிட்டியா. டோன்ட் வொரி திவ்யா உனக்காக தோசை சுடுறா " என்றவுடன் லேசான புன்முறுவலுடன் தன் கூந்தலை கோதியபடி அமர்ந்திருக்க..

"தீப்தி தோசை ரெடி" என்றபடி திவ்யா எடுத்து வந்து தந்துவிட்டு அவளுடன் அவளும் அமர்ந்து சாப்பிட்டுக்கொண்டிருந்தனர்.

இதற்கிடையில் மீனாட்சி "எல்லாரும் ஒன்றாக அமர்ந்து இருக்கும் போதே விஷயம் சொல்லிடுறேன். நாளைக்கு முனிஷ்வரன் சாமி கும்பிடணும். வழக்கமாக வருஷத்துல ஒருவாட்டி கும்பிடுவோம். இந்த முறை திவ்யா வேறு மாசமாக இருக்கிறாள். அதான் நாளைக்கு ஏற்பாடு பண்ணியிருக்கேன்" என்றதும் ராஜேந்திரன் தனது தம்பி குடும்பமும் வரப்போவதை அவர்களிடம் தெரிவிக்க...

"ஐயோ நாளைக்கு நம்ப ப்ரண்ட்ஸ் வீட்டுக்கு எங்கயாவது எஸ் ஆகிட வேண்டியது தான். " என்று மனதினுள் நினைத்துக்கொண்டு சிற்றுண்டியை விழுங்கிவிட்டு தன் வழக்கமான பணியினை செய்துக்கொண்டிருந்தாள்.

அப்போது தான் திடிரென அலுவலகத்தில் பணிபுரியும் விஜய் அழைப்பேசியில் அழைத்தான்.
"சொல்லு விஜய்" என்று காதில் கைப்பேசியை வைத்தபடி கேட்க.

"நாளைக்கு ஆபிஸ்ல அர்ஜன்ட் மீட்டிங் நீங்க வந்தே ஆகணும் தீப்தி. ப்ளீஸ்" என்றவுடன்.

"ஓ...சாரி மறந்தே போயிட்டேன். வரேன் விஜய். " என்று போனை வைத்தவள்

'யம்மாடி எஸ்கேப் ஆகுறதுக்கு ஆண்டவனாக பார்த்து ஒரு வழி காட்டிட்டான். இல்லைனா இந்த ரகு கிட்ட மாட்டிக்கிட்டு அவஸ்தை படணும்' என்று யோசித்தவள் கடவுளுக்கு நன்றி தெரிவித்து விட்டு. மீண்டும் வேலையைத் துவங்கினாள்.

யாருங்க இந்த ரகு ? என்று தோன்றுகிறதா வாசகர்களே. அது வேறுயாருமல்ல நம்ப ராஜேந்திரனின் தம்பி மகன். தீப்தியை ரகுவிற்கு பேசி முடிக்கலாம் என்ற யோசனை ஆரம்பத்தில் பெரியவர்கள் மனதில் இருந்தது. ஆனால் நம் கதாநாயகி தீப்தி எதும் பிடிப்பில்லாமல் இருந்ததால் அந்த விஷயத்தை அப்படியே விட்டுவிட்டனர் பெரியவர்கள் ஆனால் ரகு விடுவானா என்ன? சும்மா இருந்தவனை

கிளப்பி விட்டது போல் அவன் அவள் மீது ஆசைக்கொள்ள ஆரம்பித்துவிட்டான். எப்படியாவது அவளை தன் மனைவி ஆக்கிவிடவேண்டும் என்ற வைராக்கியமாய் இருக்கிறான்.

இது தீப்தியிற்கு சுத்தமாக பிடிக்கவில்லை. ரகுவின் அன்பு உண்மையானதாகவே இருந்தாலும் அவளுக்கு அவன் மீது எந்த உடன்பாடுமில்லை. ஏனெனில் அவனுடைய பேச்சும் நடவடிக்கையும் எதுவும் அவளை கவர்ந்துவிடவில்லை.

என்னமோ இவன் தான் பெயர் வைத்தாற்போல் எந்நேரமும் அவளை "தீப்தி தீப்தி" என்பதும். சும்மா இருக்கும்போது அவளையே உற்று நோக்குவதும். உரிமையாக வாடி போடி என்று அவ்வப்போது அழைப்பதும் அவளுக்கு சுத்தமாக பிடிக்கவில்லை.

இது தான் ,இந்த காரணம் தான். நாளை அவர்கள் வரும்போது வீட்டில் இருக்கக்கூடாது என்று நினைத்தாள் நம் கதாநாயகி. ராஜேந்திரனின் தம்பி வருவதெல்லாம் இல்லை பிரச்சனை. ரகு உடன் வருவது தான் அவளுக்கு தொல்லை.

சுருக்கமாக ரகு என்பார்கள்,அவன் பெயர் ரகுராம். அவனும் மென்பொருள் நிறுவனத்தில் வேலை செய்பவன் தான். வயது முப்பது தான் . திருமணம் செய்து கொண்டால் அது தீப்தியைத் தான் மணப்பேன் என்பதில் உறுதியாக இருக்கிறான்.

ஆனால் தீப்தியோ அவனை கண்டாலே தெரித்து அள்ளவா ஓடுகிறாள். இவர்கள் எலியும் பூனையுமாக இருக்கும் பட்சத்தில் பெரியவர்கள் இவர்களின் திருமணத்தை பற்றி எவ்வாறு யோசிக்க முடியும். ஆனால் விதி என்ன செய்கிறதோ யாருக்கு தெரியும். பொறுத்திருந்து பார்ப்போம்.

நேரம் கூடி வந்தால் நன்மை நடக்கத்தான் போகிறது.

அத்தியாயம் -4

முனிஸ்வரன் கும்பிடுவதற்கான எல்லா ஏற்பாடுகளும் தயாராக இருந்தது. ரகுராம் மற்றும் அவனுடைய பெற்றோர் வருவதற்கு இன்னும் சற்று நேரமே அதற்குள் விரைவாக கிளம்பிவிட்டாள் நம் கதாநாயகி தீப்தி.

நீலநிற சுடிதாரில் ஃப்ரி ஹேர் விட்டபடி தனது ஸ்கூட்டியை கிளப்பியவள் நேரே அந்த பிரதான சாலையை கடந்துக்கொண்டே வரும்போது எதிரில் வந்த பைக்குடன் மோதிக்கொள்ள நிலைத்தடுமாறி சாய்ந்து விழுந்தாள்.

சுற்றி இருந்த அனைவரும் உடனே கூடிவிட்டனர். அவள் கைகள் சிராய்த்துக்கொண்டு ரத்தம் வழிந்துக்கொண்டு வந்தது. அப்போது தற்செயலாக அங்கு வந்த நம்ப தீரனோ

"இவங்க திவ்யாவோட சிஸ்டர் தீப்தியாச்சே" என்றபடி அருகில் வந்து

"தீப்தி என்ன ஆச்சு கையில் ரத்தம் " என்றபடி தனது காரில் இருந்த முதல் உதவி பெட்டினை எடுத்து வந்து அவளுக்கு அடிபட்ட காயத்தை ட்ரஸ்ஸிங் செய்தான். வலியை முடிந்தவரை பொறுத்துக்கொண்டாள்.

"தீப்தி இந்த நிலமையில் உங்களால ஸ்கூட்டியை செலுத்த முடியாது. நீங்க எங்க போகணும் சொல்லுங்கள் நான் ட்ராப் பண்றேன்" என்றவுடன்.

ஸ்கூட்டியை ஓரம் கட்டிவிட்டு அவனுடன் காரில் ஏறியவள் "மவுன்ட் ரோடு போகணும் என்னோட ஆபிஸ்க்கு" என்றாள் .

"ஓகே தீப்தி நான் விட்டுடுறேன். சரி உங்களுக்கு பெயின் தெரியாமல் இருக்க டேப்லட் தரேன் நைட்டு சாப்பிட்டு போடுங்க அப்பதான் நைட் நிம்மதியாக தூங்க முடியும். விழுந்த வேகத்திற்கு கையெல்லாம் அதிகம் வலிக்கும்" என்றுரைக்க

"சரிங்க டாக்டர் தீரன்" என்று தலையசைத்துக் கொண்டாள். சற்று நேரம் மௌனம் காத்த இருவரும் சாலையில் இருபுறமும் பார்த்தப்படி அவனும். விழுந்த வேகத்தில் இருந்த படபடப்பினால் ஏற்பட்ட பயத்தில் அவளும் இருக்க...

அவளது முகம் வாடியிருப்பதை கவனித்தவன். "தீப்தி ஆர் யு ஓகே. ஒன்றுமில்லை லேசான காயம் தானே சரியாகிடும். " என்றுரைக்கும் போதே

"ஸ்ஸ்...ஆ" என்று அவளது வலியை பொறுக்காது கத்த இந்தமுறை கையினால் ஏற்பட்ட வலியில்லை காலிலும் ஏற்பட்டிருந்த காயத்தினால்.

"என்ன தீப்தி என்னாச்சு" என்றான் தீரன்.

"சார் காலிலும் அடிப்பட்டுருக்கு" என்று தயங்கியபடி கூற. "அட ! சொல்லிருக்கலாமே அதற்கும் மருந்து போட்டுருப்பேனே " என்றதும் தீப்தி தயங்கியபடி "இல்லை வேண்டாம் சார் என்னை ஆபிஸ்ல ட்ராப் பண்ணிடுங்க நான் பார்த்துக்குறேன்" என்று கூறியதும் அவனும் சரி என்றபடி அவளது அலுவலகத்தில் இறக்கிவிட்டு கையில் சில மருந்துகளையும் கொடுத்தான்.

இறங்கி இரண்டடி நடந்து சென்றதும் திரும்பி அவனை பார்க்க அவனோ காரை செலுத்தியபடி ஜன்னல் கண்ணாடியை மேலே ஏத்திவிட்டு புறப்பட்டான். அலுவலத்தினுள் நுழைந்ததும் அவளுடைய தோழி காவ்யா உடனே வந்து "என்னடி ஆச்சு கை எல்லாம் அடிபட்டுருக்கு" என்று வினவியதும்.

நடந்தவற்றை எல்லாம் கூற காவ்யாவோ "சரி வாடி நான் காலில் மருந்து போட்டு விடுறன்" என்று அழைத்துச்சென்றாள். அவளுக்கு மருந்து போட்டவாறு "ஆமாம் உன்னை ஆபிஸ்ல யார் ட்ராப் பண்ணது" என்றதும்..

"மிஸ்டர் தீரன், என் மாமாவோட ப்ரண்டு டி தற்செயலாக அங்கு வந்துருக்காரு என்னை பார்த்ததும் அவர் தனது காரில் அழைச்சிட்டு வந்து விட்டாரு."

"ம்ம்ம் அது சரி சினிமாவில் மட்டும் தான் ஹிரோ மாதிரி ஒருத்தர் வந்து ஹெல்ப் பண்ணுவாரு இப்ப ரியல் லைப்லயுமா அது சரி" என்று உச்சுக்கொட்ட

"ஓய் என்னடி நக்கலா..ஹிரோ எல்லாம் இல்லை ஜஸ்ட் என் மாமாவோட ப்ரண்டு அவ்வளவு தான்" என்று அவள் தலையில் செல்லமாக கொட்டு வைத்தாள்.

"எது எப்படியோ வா வேலையைப் பார்ப்போம்" என்று தங்களது பணியை செய்யத்துவங்கினர்.

வீட்டிலோ ரகு வந்து இறங்கியவுடன் அங்குமிங்கும் இவளைத் தேடிக்கொண்டு இருந்தான்.
"என்ன மச்சினரே யாரைத் தேடுறீங்கனு தெரிஞ்சிக்கலாமா" என்றாள் திவ்யா.

"அது வந்து அண்ணி நம்ப தீப்தி காணுமேனு பார்த்தேன்" என்று பதிளுரைக்க திவ்யாவும் சிரித்தவாறே

"ஒருவேளை நீங்க வரீங்கனு தான் சீக்கிரம் வேலைக்கு ஓடிட்டா போலருக்கு" என்று கிண்டலாக சொன்னவுடன் அவனுக்கு முகமே வாடிப்போயிற்று. சற்று நேரத்தில் முனிஸ்வரனுக்கு படையல் போட்டு சாமியும் கும்பிட்டாச்சு. எல்லோருக்கும் குலதெய்வத்தை வழிப்பட்ட ஒர் திருப்தி.

ஆனால் ரகுராம் தீப்தியை காணமுடியவில்லையே என்ற ஏக்கத்தில் தவித்துக்கொண்டிருந்தான். அவளுக்கு கைப்பேசியில் அழைப்பு விடுக்க எண்ணியவன்.

"தீப்தி ஆபிஸ்ல இருக்கியா சாரி தொந்தரவு பண்ணதுக்கு. ஆமாம் நீயும் சாமி கும்பிட வீட்டில் இருந்துருக்கலாமே ஏன் இல்லை"?என்றதும்.

"இங்க பாரு ரகு எனக்கு நிஜமாவே ஆபிஸ்ல ஒரு மீட்டிங் கட்டாயம் வரச்சொன்னாங்க அதான் வந்தேன். நீ ஏன் ரகு என்கிட்ட இவ்வளவு உருகுற? எனக்கு சத்தியமா புரியல. நான் இல்லைனா உனக்கு வேற பெண்ணே அமையாதா என்ன" என்று வெடுக்கென்று கேட்டுவிட அவனோ சற்று நிதானித்து..

"கிடைப்பாங்க பட் மனசுக்கு பிடிச்சவங்களா இருப்பாங்களா தீப்தி"என்று வினவ..

"சரிதான் ஆனால் உன் மனசுக்கு மட்டும் பிடிச்சா போதுமா ரகு. எனக்கும் பிடிக்கணுமே." என்றதும்.

"நீ ஏத்துக்குற வர நான் வெயிட் பண்ணுவேன் தீப்தி" என்று பதிலளித்துவிட்டு போனை வைத்துவிட்டான்.

"அச்சோ இவன் தொல்லை பெரிய தொல்லையா இருக்கே" என்று போனை வைக்க அருகில் இருந்த காவ்யா இவளிடம் "என்ன மச்சி அந்த இம்சையா போன் பண்ணுச்சு" ? என்று வாய்விட்டு சிரிக்க.

"அடியேய் உனக்கு என்னை பார்த்தா சிரிப்பா இருக்குல" என்று முறைத்துவிட்டு மீண்டும் வேலையைத் துவங்கினாள்.

இப்படியே நாட்கள் கடந்துக்கொண்டே இருந்தன. சூரியன் தன் ஆதிக்கத்தை பூமியில் செலுத்த வெப்பத்தை உமிழ்ந்துக்கொண்டிருந்தது. அந்தக் காலைப்பொழுதில் தீரஜும், அனாமிகா மற்றும் அவனுடைய பெற்றோர் எல்லாம் தயாராகிக்கொண்டிருந்தனர். மும்பை புறப்படும் நேரமது.

ஆனால் வரும்போது இருந்த உட்சாகம் போகும் போது அனாமிகா முகத்தில் இல்லை...

தீப்தி

"டேட் நீங்க ரொம்ப மோசம்" என்று கோபமாக கூறியவளை அவள் உயரத்திற்கு குனிந்து "ஏன் மா என்மேல திடிர் கோபம் " என்க அந்த குழந்தையோ கண்கலங்கியபடி

"நான் தீப்தி மா வை மறுபடியும் பார்க்கணும்னு ஆசைப்பட்டேன் ஆனால் நீங்க கூட்டிட்டே போகலை ஐ மிஸ் ஹர் பேட்லி" என்று விம்மினாள் அனாமிகா.

அவள் மனதில் இந்த அளவு ஏக்கம் இருக்கும் என்று தெரிந்திருந்தால் அவளை மறுபடியும் தீப்தியை சந்திக்க வைத்திருப்பேனே. என்று மனதில் நினைத்தவன் ஏதேதோ சமாதானம் செய்ய முயற்சித்தான் ஆனால் அவள் சமாதானம் ஆகவில்லை.

அவள் பாட்டி ரேவதியோ "டேய் தீரா யாருடா அந்த தீப்தி? அடிக்கடி அவளைப்பற்றி தான் அனாமிகா பேசிட்டு இருப்பாள். இப்போ அவளை பார்க்கணும்ணு வேற அடம்பிடிக்கிறா. ப்ளைட்டுக்கு வேற நேரமாகுது எதாவது பண்ணு டா" என்றதும்.

"ஓகே...வெயிட்" என்று தன் கைப்பேசியை எடுத்து பிரகாஷின் நம்பருக்கு டயல் செய்தான்.

"தீரா ஊருக்கு கிளம்பிட்டியா விமானம் நிலையத்திற்கு போயாச்சா" என கேள்விகளை அடுக்கிக்கொண்டு போக..

"பிரகாஷ். ஒரு சின்ன உதவி டா. ஃப் யூ டோன்ட் மைண்டு தீப்தியை விமானநிலையத்திற்கு வரச்சொல்ல முடியுமா. நான் கிளம்புறதுக்குள்ள அனாமிகாக்கு ஒருவாட்டி தீப்தியை காட்டிடனும். அனாமிகா ரொம்ப அழுவுறா டா ப்ளீஸ்" என்றதும்.

"அதுக்கென்ன தீப்தியை உடனே வரச்சொல்றேன். டோன்ட் வொரி. குழந்தையோட ஏக்கத்தை என்னால புரிஞ்சிக்க முடியுது" என்றபடி தகவலை தீப்தியிடம் சொல்லி அவளை

விமான நிலையத்திற்கு அவளை டேக்ஸி பேசி அனுப்பி
வைக்க..

அங்கு அவளைக்காண காத்துக்கிடந்த அனாமிகா..
"தீப்தி மா" என்று கட்டிக்கொண்டாள்.

"செல்லம் என்னடா நீங்க அழுது அழுது முகமே வாட்டமாக
இருக்கு. அதான் வந்துட்டேன்ல இங்க பாரு நீ
சமத்துப்பொண்ணு தானே அழாம ஊருக்கு போவிங்களாம்.
நான் உங்களுக்கு அடிக்கடி போன் பண்ணுவேனாம்"
என்றபடி அவளுக்கு சமாதானம் அளித்துவிட்டு.

"மிஸ்டர் தீரன் இது தான் என்னோட நம்பர். அனாமிகா
பேசணும் என்று சொன்னா உடனே தயங்காமல் எனக்கு
கால் பண்ணுங்க" என்றதும்.

அப்போது தான் அனாமிகாவுக்கு புன்னகையே
எட்டிப்பார்த்தது.

"தீப்தி மா ஐ மிஸ் யு ஸோ மச்" என்றது ஏக்கத்தோடு அந்தக்
குழந்தை.

"ஓகே மிஸ் தீப்தி...வி..ஹேவ் டு கோ" என்றபடி தனது ட்ராலி
பேக்கை தள்ளியபடி "ஓகே பை" என்று
புன்னகையித்துவிட்டு தீரன் புறப்பட தனது பாட்டியின்
கைகளை பிடித்துக்கொண்டு அந்த குழந்தையும் திரும்பி
பார்த்துக்கொண்டே சென்றது.

என்னமோ தெரியவில்லை எதையோ இழந்ததைப்போல் ஓர்
உணர்வு தீப்தியிற்கு. மீண்டும் தீரனை சந்திக்கக்கூடுமா
பொறுத்திருந்து பார்ப்போம்.

அத்தியாயம் -5

வழக்கம் போல் அக்கா தங்கை இருவரும் கதைத்துக்கொண்டிருந்தனர். இடையே தீரனைப்பற்றி பேச்சு ஆரம்பமானது.

"தீப்தி அன்னைக்கு நீ தீரனைப்பற்றி கேட்டல நான் பதில் சொல்றதுக்குள்ள கோச்சிக்கிட்டு போயிட்ட. இப்ப அதற்கான பதிலை நான் சொல்லட்டுமா?"

தீரனைப்பற்றி தெரிந்துக்கொள்ள ஆர்வம் இருந்தப்போதிலும் அவரைப்பற்றி தற்போது பேச ஆர்வம் இல்லாது "பரவாயில்லை விடுங்க கா அப்றம் பேசிக்கலாம்" என்றதும்.

"அடியேய் அன்னைக்கு துள்ளி குதிச்சிட்டு காலங்காத்தால வந்து கேட்ட இப்ப என்னடி னா பரவாயில்லை னு சொல்ற, ம்ம்ம் ரொம்ப தான் டி உனக்கு" என்று முகத்தை சுழித்தாள் திவ்யா.

தீரனைப்பற்றி தெரிந்துக்கொண்டு என்ன செய்ய போகிறோம் என்ற அலட்சியம் தான். ஆனால் அனாமிகாவின் பாசத்தை அவளால் அவ்வளவு சுலபமாக அலட்சியம் செய்ய இயலவில்லை.

அனாமிகாவுடன் பேசவேண்டும் என்பதுபோல் இருந்தது அவளுக்கு. என்றாவது ஒருநாள் அவளே அழைப்பால் என்று விட்டுவிட்டாள் தீப்தி.

அக்கா குட்நைட் என்றபடி எழுந்து தன் அறையை நோக்கி நடந்தாள். மெத்தையில் சாய்ந்தபடி தலையனையை அணைத்துக்கொண்டு கண்களை மூட அவளின் கைப்பேசி மணி அடித்தது.

எடுத்து காதில் வைத்தவளுக்கோ ஆச்சரியம் ததும்பியது.

"சார் நீங்களா என்ன இந்த நேரத்தில் கால் பண்ணிருக்கீங்க" என்று வினவ.

"சாரி தீப்தி உங்கள் கிட்ட என் பொண்ணு பேசணுமா அதான் கால் பண்ணேன்" என்று சொல்லிவிட்டு போனை அனாமிகாவிடம் தர அவளோ போனை வாங்கியதும் "தீப்தி மா ஹவ் ஆர் யூ" என்று ஆனந்தமாய் பேசத்துவங்க தீப்தியும் பதிலளித்தப்படி சற்று நேரம் பேசிக்கொண்டு இருக்க சட்டென்று எதிர்பாராமல் போனை தன் தந்தையிடம் கொடுத்துவிட்டாள் பேசுமாறு

"அ...அனாமிகா ஹலோ " என்க

"சாரி தீப்தி திடிரென அவள் போன் என்கிட்ட கொடுத்துட்டா. அதான்"

சவுகரியமான சூழல் தான் எனினும் திடிரென அவரிடம் என்ன பேசுவது என்று தெரியாமல் விழிக்க அதற்குள் அவனே பேசத்துவங்கினான்.

"தீப்தி. ரொம்ப தாங்க்ஸ்" என்று ஆரம்பிக்க..

"இந்த தாங்க்ஸ் எதுக்கு மிஸ்டர் தீரன்"

"என் பொண்ணு அனாமிகா இவ்வளவு சந்தோஷமாக இருக்க நீங்க மட்டும் தான் காரணம். இவ்வளவு நாள் அவளுக்குள் ஏதோ ஒரு வெறுப்பு இருந்தது. அது அவளுக்கே சொல்லத் தெரியல. ஆனால் இப்ப அவளுக்குள்ள எதையோ இழந்ததை திரும்பி கிடைச்ச மாதிரி ஃபீல் பண்றா. சொல்லப்போனால் உங்களை தன்னோட அம்மாவாகவே நினைக்கிறாள்"என்றதும்.

"சார் அப்படினா உங்கள் மனைவி? ஐ மீன் அனாமிகாவின் உண்மையான அம்மா யார்"? என்று கேட்டவுடன் அவன் கண்களில் நீர் சுரந்து வழியத்துவங்கியது. எதை மறக்க நினைத்தானோ அதை நியாபகப்படுத்தி விட்டாள். ஆனால்

வேறு வழியில்லை அவள் கேள்விகளுக்கு விடையளிக்க வேண்டுமே என்ற கட்டாயத்தில்...

"என்னோட மனைவி பெயர் வேணி. அவளும் ஒரு டாக்டர் தான். வாழ்க்கை சந்தோஷமாகத்தான் போச்சு. இரண்டு பேரும் கன்சல்டிங் கன்சல்டிங் என்று ஓடிக்கிட்டே இருந்தோம் ஆனாலும் எங்களுக்குள்ள ஒரு நல்ல புரிதல் எல்லாமே இருந்தது. இதற்கிடையில் அனாமிகாவும் பிறந்தாள். எங்கள் வாழ்க்கை இன்னும் அழகாயிடுச்சே என்று ரொம்ப சந்தோஷம் பட்டோம் ஆனால் கடவுளுக்கு பொறுக்கவில்லை போலும். வேணியை என்னிடம் இருந்து பரித்துக்கொண்டு அனாமிகாவை தாயில்லாத பிள்ளையாய் தவிக்க விட்டுட்டாரு. " என்று நிறுத்தியதும்.

"சார்...வாட் யூ மீன்" என்று தழுதழுத்தது அவளுடைய குரல்.

"ஆமாம் தீப்தி... வேணி ஒரு விபத்தில் இறந்துட்டாங்க" என்று அவன் சொன்ன அடுத்த நொடி அவளால் எதுவும் பேசமுடியவில்லை. அவனுக்கோ கதறி அழனும் போல இருந்தது. ஆனால் செய்யவில்லை. ஏதோ மனதில் இருந்த பாரத்தை இறக்கிவிட்ட ஒரு மனதிருப்தி கிட்டியது.

"மிஸ்டர் தீரன்....." என்றழைக்க

"சொல்லுங்கள் தீப்தி" என்றான்

"அம்மா இல்லாமல் வளர்வது எவ்வளவு கஷ்டம் என்று எனக்கு நல்லாவே தெரியும். நான் அக்கா இரண்டு பேரும் அந்த மனவேதனையை இன்று வர அனுபவிச்சிட்டு இருக்கிறோம். அந்த கஷ்டம் அனாமிகாவுக்கு வேண்டாம். நீங்க இன்னொரு கல்யாணம் பண்ணிக்கலாமே . இதை பற்றி நீங்க எதுவும் சிந்திக்கலையா" என்றதும் லேசான புன்னகை மலர்ந்தது.

"என்னது இன்னொரு கல்யாணமே. சொல்றதுக்கு நல்லாதான் இருக்கும் தீப்தி ஆனால் அது சாத்தியமாகுமா ?

என் அனாமிகாவை உண்மையில் மகளாக ஏத்துக்கிற ஒரு பொண்ணு மனைவியாக வந்தால் பரவாயில்லை. மனைவியாக மட்டும் இருப்பேன் ஆனால் அனாமிகாவுக்கு தாயாக இருக்கமாட்டேனு நினைச்சா என் பொண்ணு வாழ்க்கை போயிடும்" என்றுரைக்க..

"யு...ஆர் கரெக்ட் மிஸ்டர்" என்று சொல்லிவிட்டு நேரம் போனதை உணர்ந்தவள்.

"ஓகே பை" என்று வைத்துவிட்டு உறங்க நினைத்தப்போது உறக்கம் அவளைத் தழுவ மறுத்தது. இரவெல்லாம் கண்விழித்தப்படி எதையோ சிந்தித்துக்கொண்டிருந்தாள்.

மனபாரத்தை இறக்கிவிட்ட நிம்மதியில் அவன் உறங்கிப்போனான். மறுநாள் ஒரு முக்கியமான பைபாஸ் சர்ஜரி செய்ய மருத்துவமனைக்கு விரைந்தான். அவனுடைய கைப்பேசியை ஸ்விட்ச் ஆப் செய்திருந்த நிலையில் யார் அடித்தாலும் எடுக்கவில்லை அந்த நிலையில் தான் திவ்யா தீரனை அழைத்திருந்தாள் ஆனால் அவன் எடுக்காத காரணத்தினால் அப்படியே விட்டுவிட்டாள்.

திவ்யா எதற்காக தீரனுக்கு அழைப்பு விடுத்திருப்பாள் என யோசிக்கிறீர்களா காரணம் அவளுக்கு மட்டுமே தெரியும். ஏதோ முக்கியமான விஷயமாகத்தான் இருக்கும் என தோன்றுகிறது.

இதற்கிடையில் பிரகாஷ் தீப்தியின் திருமணம் பற்றிய பேச்சினை திவ்யாவிடம் ஆரம்பிக்க ...
"திவ்யா, என்னதான் சொல்றா உன் தங்கச்சி எவ்வளவு நாள் தான் கல்யாணம் வேண்டாம்னு இருக்கப்போறாள்" என்று வினவ.

"என்னத்த சொல்றது போங்க..அவள் இதைபற்றின எந்த விஷயமும் பேசமாட்டேங்குறா"

தீப்தி

"நான் வேணும்னா பேசிப்பார்க்கட்டுமா" என்றவனை.

"அவசரப்படாதிங்க இருங்க...அவளே என்ன சொல்றாளு பார்ப்போம். இல்லைனா டைரக்டா கேட்டுருவோம்" என்க

"அதுவும் சரிதான். ஆமாம் ஒருவேளை யாரையாவது காதலிக்கிறாளோ" என்றவுடன் திவ்யாவிற்கு சிரிப்பே வந்துவிட்டது.

"நீங்க வேற காமெடி பண்ணிக்கிட்டு அவளாவது லவ்வாவது " என்று நொடித்துக்கொள்ள..

"என்னமோ அவள் தான் முடிவு எடுக்கணும்" என்று சொல்லிவிட்டு அவன் வேலையை கவனித்தான்.

"ப்ச்ச் இந்த தீரன் செல் வேற ஸ்விட்ச் ஆப்னு வருது போனை எடுத்தால் தானே தெளிவாக பேசமுடியும் " எனற முணகலுடன் அவளும் கடந்துச் சென்றாள்.

தீப்தியின் வாழ்வில் யார் வரப்போகிறார்கள் என்று இதுவரையில் குழப்பத்துடனே இருக்கிறது. எப்போதும் தன்னையே சுற்றி சுற்றி வரும் ரகுவையும் நிராகரிக்கிறாள். வேறு எந்த மாப்பிள்ளையையும் பார்க்க விடமாட்டேங்குறாள் இப்படியே போனால் இவள் வாழ்க்கை என்ன ஆகுவது. முப்பது வயதை எட்டியவளுக்கு இன்னுமா கல்யாணம் ஆசை வராமல் இருக்கும். ஒருவேளை அப்படி ஏதேனும் இருந்தும் சொல்ல தயங்குகிறாளா ஒன்றும் புரியவில்லை.

இப்படியான குழப்பங்களோடு தான் திவ்யா மற்றும் பிரகாஷ் ஒவ்வொரு நாளும் கடந்து வருகின்றனர். ஒருபுறம் ரகுவிற்கு எப்படியேனும் இவளை மணமுடிக்க ஆசை வேறு.

இதைப்பற்றி தன் பெற்றோரிடம் தெளிவாக பேசினான்.

"அப்பா எனக்கு தீப்தியை ரொம்ப பிடிச்சிருக்கு. இனி தாமதம் வேண்டாம் முறைப்படி பொண்ணு கேட்டு போவோம்" என்று திட்டவட்டமாக கூற அவனுடைய பெற்றோருக்கும் இதுவே சரி என்று தோன்றியது.

இந்த விஷயம் எப்படியோ திவ்யா காதுகளுக்கு எட்ட குழப்பம் நிலவியது. ஒருமுறை தீரனிடம் பேசிவிட்டால் குழப்பங்கள் சற்று நீங்கும். தீப்தியின் திருமணம் பற்றின முடிவில் ஒரு தெளிவு கிடைக்கும் என்று எண்ணியவள்.

"பிரகாஷ் ஒரு ஹெல்ப் பண்ணுறீங்களா. " என்று வினவ அவனும் ஆச்சரியத்தோடு என்ன என்று கேட்க...

"உங்கள் ப்ரண்டு தீரன் கிட்ட "...என்று ஆரம்பித்து தன் மனதில் உள்ளவற்றை சொல்லி தீர்க்க..

"என்னடி இது. எப்படி டி அவன் கிட்ட நான் இதை கேக்கமுடியும்" என்றதும்.

"இது சரியாக வரும்னு எனக்கு தோன்றுகிறது. நான் சொல்ற மாதிரி தீரன் கிட்ட பேசிப்பாருங்க. நான் அன்னைக்கு கால் பண்ணேன் ஆனால் ஸ்விட்ச் ஆஃப்ல இருந்துச்சு. ஸோ நீங்க பேசிப்பாருங்க" என்றதும்.

"அதெல்லாம் சரிதான் ஆனால் ரகுவேற முறைப்படி பெண் கேட்டு வருவதாக வேற சொல்லிக்கிறாங்க இப்ப என்னடி பண்றது" என்றவுடன்

"அட! அதெல்லாம் சமாளிக்கலாம்ங்க அப்படியே ரகு வந்துட்டாலும் தீப்தி அவனை கட்டிக்க ஒத்துக்கப்போறா பாருங்க. நீங்க முதல்ல தீரன் கிட்ட பேசிப்பாருங்க" என்றாள் திவ்யா.

தீப்தியின் வாழ்வில் தீரனோ ? பார்ப்போம்

அத்தியாயம் -6

கதை எதை நோக்கி பயணிக்கிறது என்று வாசகர்கள் ஓரளவு அறிந்திருக்க வாய்ப்புண்டு. ஆம் தீப்தியின் வாழ்வில் தீரன் வருவானா இல்லையா ? என்பதே .

திவ்யா சொன்னதுபோலவே பிரகாஷ் தீரனை தொடர்புக்கொண்டு பேசினான். முதலில் வழக்கமான உரையாடலுக்கு பின்னே அந்த பேச்சை துவங்கினான்.

"தீரா உன்னை ஒன்று கேக்கணும்" என்று ஆரம்பிக்க..

"கேளு டா என்ன கேக்கப்போற"

"இல்லை, நீ ஏன் இன்னொரு கல்யாணம் பற்றி யோசிக்கக்கூடாது" என்றதும் உடனே சிரித்துவிட்டான் தீரன்.

"தீரா சொல்லு டா ஏன் சிரிப்பு" என்றதும்.

"இங்கே பாரு பிரகாஷ். என்கிட்ட ஒரே ஒரு பதில் மட்டும் தான். என் குழந்தை அனாமிகாவை பாத்துக்கிற மாதிரி ஒரு நல்ல பொண்ணு அமைந்தால் நிச்சயம் கல்யாணம் பண்ணிக்கிவேன்" என்று சொன்னதும் மகிழ்ச்சியில்.

"அப்படினா அப்படி ஒரு பொண்ணு நான் காட்டினால் மறுப்பு சொல்லாமல் தாலி கட்டுவியா" என்றதும்

"ஹாஹா பார்ப்போம் " என்றதும் இறுதியில் தன் மனதில் உள்ள ஆசையை அவனிடம் தெரிவிக்க சற்று திகைத்துப்போனான் தீரன்.

"பிரகாஷ் என்ன திடிரென இப்படி ஒரு டிசிஷன். இதெல்லாம் நான் மட்டும் சரின்னு சொன்னால் போதுமா என்ன?. இதுக்கு அவளும் ஒத்துக்கணுமே டா"

"அதெல்லாம் நாங்க பாத்துக்குறோம் நீ ஓகேவா இல்லையா அதை மட்டும் சொல்லு மத்தது நான் ரேவதி ஆன்டிகிட்ட பேசிக்கிறன்" என்க...

"ஓ...கே" என்றான் தீரன்.

இதற்கிடையில் ரகு பெண்பார்க்கும் சம்பரதாயத்திற்கு பெற்றோரை அழைத்துக்கொண்டு வீடு தேடி வந்து நிற்க ஒன்றும் புரியாமல் தீப்தி நிற்க..
அவளை அழைத்துக்கொண்டு அலங்காரம் செய்து புடவையைக் கட்டிவிட்டு.

"அம்மாடி பேசாமல் ரகுவை கட்டிக்க மா நல்ல பையன் ஐடில தான் அவனும் வேலைப்பார்க்கிறான். உன் மேல உயிராக வேற இருக்கான்" என்று மீனாட்சி அறிவுரை சொல்ல..

"அய்யோ ஆன்டி எனக்கு ரகு வேண்டாம். அதற்காக ரகுவை வெறுக்கலை ஒரு ரிலேட்டிவா அவன்கிட்ட பழகிறதுல எனக்கு எந்த பிரச்சனையும் இல்லை ஆனால் அதற்காக கல்யாணம் பண்ணி அவனோட வாழ எல்லாம் எனக்கு விருப்பம் இல்லை" என்றாள் திட்டவட்டமாக.

"ஓ..அது சரி அப்படினா யாரையோ விரும்பற அப்படிதானே" என்றதும். இல்லை என்று தலையசைத்தவளை ஏறிட்டவர்.

"சரி விடு . உனக்கு ரகு வேண்டாம் தானே நான் பேசிக்கிறன்" என்று அழைத்துக்கொண்டு முற்றத்திற்கு வர..
"இங்கே பாருங்க தம்பி ரகுவுக்கு இவளை பிடிச்சிருக்கு அப்டிங்கிறது உண்மைதான் ஆனால் இவளுக்கு நம்ப ரகுவை கல்யாணம் பண்ணிக்க சம்மதம் இல்லை .
அதனால வேண்டாமே ரகுவுக்கு வேற நல்ல இடத்துல பெண் அமையாமல் போயிடுமா என்ன" என்று தனது மச்சினரிடம் ஏதேதோ சமாதானம் சொல்ல..

தீப்தி

"இதற்கு மேல இங்கே நின்னா எனக்கு அசிங்கம் வாங்க போலாம்" என்று ரகு அவர்களை அழைத்துக்கொண்டு கிளம்பினான். அப்படினா இனி தீப்தி ரூட் க்ளியரா? இருங்கள் பார்ப்போம்.

"சரி இப்ப சொல்லு தீப்தி. உனக்கு வேற இடத்தில் மாப்பிள்ளை பார்க்கலாம் தானே" என்று திவ்யா கேள்வியை எழுப்ப..

"அக்கா...அது வந்து"

"என்னடி வந்துப்போய்னு..இப்படியே இருந்தினா கிழவித்தான் ஆகணும்" என்று கடிந்துக்கொண்டாள் திவ்யா.

"ஐயோ...சரி மாப்பிள்ளையை பாருங்க போதுமா" என்று கோபமாக தனது அறையிற்குள் சென்று கதவை தாழிட்டு கொண்டாள்.

இரண்டு மாதங்கள் கழிந்தன...

திவ்யாவிற்கு இது ஐந்தாம் மாதம். கருவுற்ற பெண்ணிற்கு பூமுடிப்பது ஓர் சடங்காகும். இது பொதுவாக பெண் வீட்டில் அழைத்துச் சென்று செய்வர். ஆனால் தாய் ஸ்தானத்தில் மீனாட்சியே இதை நடத்திவைக்க முடிவு செய்தார்.

"பிரகாஷ்.. பூமுடிக்க யாராரா அழைக்கணுமோ அழை. நல்லா சிறப்பாக பண்ணிடணும்" என்றதும்.

"கண்டிப்பாக மா" என்று தலையசைத்தவன். தந்தை ஆகப்போறோம் என்ற மகிழ்ச்சி ஒருபக்கம். இன்னொரு பக்கம் பூமுடிக்கும் விழாவை நல்லபடியாக நடத்தி முடிக்க வேண்டும் என்ற பொறுப்பு வேறு.

நண்பன் தீரனை விழாவிற்கு அழைத்திருந்தான். அவனும் வருவதாக கூறினான். இந்த முறை உடன் யாருமின்றி தனியே வரப்போகிறான்.

பூமுடிக்கும் தேதியிற்கு முந்தைய தேதி தீரன்
மும்பையிலிருந்து சென்னை விமான நிலையத்திற்கு வந்து
இறங்க அவனை அழைத்துக்கொண்டு வர தீப்தியை
அனுப்பி வைத்தனர்.

தன் ஸ்கூட்டியை எடுத்துக்கொண்டு ஏர்போர்ட் வரை
சென்றாள். வெளியே நின்றபடி அவனுக்காக
காத்துக்கிடந்தாள். அன்று அவனிடமிருந்து விடைப்பெற்ற
அதே இடம் இன்று அவனை அழைத்துக்கொண்டுச் செல்ல
அதே இடத்திற்கு வந்திருக்கிறாள்.

எல்லா பார்மாலிட்டிஸ் முடிந்து தனது லக்கேஜூடன்
வெளியே வர..இவளைக் கண்டதும்.
"ஹாய்.... தீப்தி" என்று எதார்த்தமாக கைகுலுக்க அவளும்
அவனை பார்த்த மகிழ்ச்சியில் கைகுலுக்கி "எப்படி
இருக்கீங்க மிஸ்டர் தீரன்" என்று கேட்க அவனும்
பதிலளித்துவிட்டு இருவரும் புறப்பட்டனர்.

ஸ்கூட்டியில் செல்லும் போது காற்றில் அவளுடைய கூந்தல்
அவனது முகத்திற்கு முன்பு நடனமாடிக்கொண்டிருந்தது.
அவளும் அவ்வப்போது அதை காதோரம் ஒதுக்கியபடி
வண்டியை செலுத்தினாள்.

வீடு வந்து சேரும் வரை எந்த உரையாடல்களும்
நிகழவில்லை. ஒருவழியாக வீட்டினுள் நுழைந்தனர்.

"மச்சி வந்துட்டியா வாடா வாடா" என்று கட்டித்தழுவினான்
பிரகாஷ்".

"ஓகே மச்சி நான் ப்ரஷ்அப் ஆகணும். எனக்கு ரூம் வேணும்"
என்றதும்.

"அதற்கென மேல தீப்தி ரூம் இருக்கிறது. அதை நீ யூஸ்
பண்ணிக்க. இங்கே இருக்கிற வரை அங்க சவுகரியமாக
தங்கிக்க... ம்ம்ம் தீப்தி நீ என் அம்மாக்கூட இரண்டு

தீப்தி

நாளைக்கு தங்கிக்க" என்று மலமலவென்று எல்லாவற்றையும் ஏற்பாடு செய்துவிட்டு மற்ற வேலைகளை கவனிக்கலானான்.

தனது லக்கேஜ் எடுத்துக்கொண்டு தீப்தியின் அறையை நோக்கி நடந்தான். அறையோ அவ்வளவு சுத்தமாகவும் நேர்த்தியாகவும் இருப்பதை கண்டு ரசித்தான்.

'பரவாயில்லை, தீப்தி ரூம் நல்லா மெயின்டேன் பண்றாங்க' என்று மனதிற்குள் பாராட்டவும் செய்தான்.

நேரமும் கடந்துக்கொண்டே போனது ஒருபக்கம் மீனாட்சியின் அறையில் தங்கனுமே என்ற தர்மசங்கடமும் தீரன் இங்கு இருக்கும் வரை தனக்கு ப்ரைவேசி இருக்காதே என்ற கவலையும் அவளை வாட்டி வதைத்தது.

தனது லேப்டாப் எடுத்துக்கொண்டு மீனாட்சியின் அறைக்குள் நுழைந்தாள். வயசு பிள்ளை அறையில் தங்குவதால் ராஜேந்திரன் ஹாலில் உறங்க முடிவு செய்திருந்தார்.

அன்றைய இரவு நேரம் நெருங்கியது. மறுநாள் காலை விசேஷம். அதனால் அவ்வளவு யாரும் கண்ணயர்ந்து எல்லாம் தூங்கவில்லை. ஆனால் தீரனுக்கோ அன்று நிம்மதியான உறக்கம். ஏனெனில் எப்போதும் பணி காரணமாக டென்ஷனாக இருப்பவனுக்கு இரண்டு நாளைக்கு ஆஸ்பிட்டல் வாடை இல்லாமல் நிம்மதியாக இருக்க ஓர் வாய்ப்பு. அதனால் கவலையின்றி நிம்மதியாக உறங்கினான்.

எப்போதும் உறங்குவதற்குமுன் தனது பர்ஸில் இருக்கும் வேணியின் புகைப்படத்தை பார்த்துவிட்டு உறங்குவது வழக்கம் அன்றும் அதைப்போல் செய்தான். உறக்கமும் தழுவியது.

ஆனால் அந்த அறையில் நம் தீப்தியிற்கோ உறக்கமே வரவில்லை. இப்படியும் அப்படியுமாக புரண்டு படுத்தாள். இதற்கிடையில் மீனாட்சியின் குரட்டை சத்தம் வேறு எரிச்சலூட்டியது. எப்போடா பொழுது விடியும் என்று காத்துக்கொண்டு படுத்திருந்தாள்.

சரி தூக்கம் வரவில்லை காவ்யாவிடம் சிறிது நேரம் வாட்ஸப்பில் பேசுவோம் என்று பேசத்துவங்கினாள்.

"ஹேய் என்னடி இந்த நேரத்தில் மெசஜ். மேடமுக்கு தூக்கம் வரலையா"என்றாள்.

"நீ வேற அந்த கொடுமையை ஏன் கேக்குற... என் ரூம்ல தீரன் தங்கியிருகாகாரு நான் ஆன்டி ரூம்ல" என்று சொன்னவுடனே...சிரிப்பு ஸ்மைலியை அனுப்பியவள்...

"ஹே செம்ம டி எப்படியோ ஹீரோ சார் உன் ரூம்ல தங்குற அளவுக்கு டெவலப் ஆயிடுச்சா" என்று நக்கலடிக்க ஆரம்பிக்க...
"ஏய் அவரு பங்ஷனுக்கு வந்துருக்காரு . என்னை பார்க்க இல்லை புரியுதா"..

"எப்படியோ ஆக மொத்தம் வந்தாரா இல்லையா" என்று வம்பிழுத்தாள் காவ்யா குரும்புடன்.
இவர்கள் உரையாடல் தொடர்ந்தது

அத்தியாயம் 7

மறுநாள் விசேஷம் என்பதால் காலையில் சீக்கிரமே அனைவரும் துயில் எழுந்தனர். எழுந்தவுடன் வாசலில் கோலமிட நம் கதாநாயகி வெளியே வந்தாள். அவள் கைவண்ணத்தில் அழகான ரங்கோலி வரைந்தாள். வரைந்தது மட்டுமல்ல அதற்கு ஏற்ற வண்ணப்பொடியை தூவி அதற்கு மேலும் அழகு சேர்த்தாள்.

வெளியே வந்து பார்த்த திவ்யா ஆச்சரியத்தில் மெய்மறந்து போனாள். இத்தகைய அழகான கோலம் தனக்கு கூட வராது ஆனால் தங்கை தீப்தியோ அசத்துகிறாளே என்று பெருமிதம் கொண்டாள்.

பிறகு சமையலறையில் மீனாட்சி காபி போட்டுக்கொண்டு இருக்க..
"ஆன்டி எனி ஹெல்ப்" என்றபடி உள்ளே நுழைந்தாள் தீப்தி.

"தீப்தி வா வா..இந்த காபியை கொண்டுப்போய் தீரன் கிட்ட கொடுத்திடு" என்று கையில் ட்ரேவை கொடுத்து அனுப்பிவைக்க இவளோ தயங்கியவாறு அறையினுள் உள்ளே நுழைந்தாள்.

"வாங்க தீப்தி..குட் மார்னிங்" என்றான் இயல்பாக இவளும் "மார்னிங்" என்றபடி காபியை நீட்டினாள்.

"தாங்க்ஸ்" என்று கையில் கோப்பையை வாங்கிக்கொண்டு

"என்ன தீப்தி இப்பதான் கோலம் போட்டு வந்தீங்க போலருக்கு" என்றுரைக்க அவள் திருதிருனு விழிக்கத்துவங்கினாள்.

'ஆமாம் நம்ப கோலம் போட்ட விஷயம் இவருக்கு எப்படி தெரியுமாம்' என்று யோசிக்க...

"ஹலோ மிஸ் தீப்தி என்ன யோசனை அதான் உங்கள் முகத்தில் இருக்கிற கலர் பவுடர் காட்டி கொடுத்துருச்சே அப்றம் என்ன" என்று புன்முறுவலுடன் பதிலளிக்க.

'அய்யயோ ' என்று தன் கைகளால் முகத்தை துடைத்துக்கொண்டு அங்கிருந்து வெளியே வந்தாள். சற்று நேரத்தில் உறவினர்கள் அனைவரும் வந்துவிட்டனர்.

திவ்யாவை அலங்காரம் செய்து மணையில் உட்கார வைத்து பெண்கள் நிலங்கு வைக்கத் துவங்கினர்.

"சரி பொண்ணுக்கு அண்ணன் தம்பி யாராவது இருந்தா வந்து வைக்க சொல்லுங்கள். தாய்மாமன் ஆசிர்வாதம் குழந்தைக்கு கிடைக்கட்டும்" என்று கூட்டத்தில் இருந்த ஒருவர் சொல்ல...

"இல்லை, எனக்கு அப்படி யாருமில்லை" என்று சொல்லும்போது .

"ஏன் இல்லை சிஸ்டர் நான் இல்லையா உங்களுக்கு" என்று தீரன் வந்து நிலங்கு வைத்து ஆசிர்வாதம் செய்தான்.

"மிஸ்டர் தீரன்" என்றபடி கண்கலங்கினாள் திவ்யா.

"என்ன திவ்யா இதெல்லாம்" என்று அவள் கண்ணீர் வழியும் முன்னே அவன் விரல்களால் துடைத்தான் தீரன்.

"தீரா...." என்று அணைத்துக்கொண்டான் பிரகாஷ். இந்த நெகிழவைக்கும் காட்சியை பார்த்துக்கொண்டிருந்தாள் தீப்தி.

'மிஸ்டர் தீரன் இவ்வளவு நல்லவரா' என்று மனதில் அசைப்போட்டபடி நின்றிருந்தாள். விசேஷமும் நல்லபடியாக முடிந்தது.

"மிஸ்டர் தீரன்" என்றழைத்தாள் தீப்தி.

தீப்தி

"சொல்லுங்கள் தீப்தி " என்ன விஷயம்

"இல்லை, தாங்க்ஸ் சொல்லலாம்னு வந்தேன்".

"என்ன தாங்க்ஸா"? என்றான் தன் புருவத்தை
உயர்த்தியபடி.

"இல்லை சபைல திடிரென அண்ணன் தம்பி இருந்தா வந்து
ஆசிர்வாதம் பண்ணுங்கனு சொன்னப்ப என் அக்கா
யாருமில்லை னு சொல்லுறதுக்குள்ள நீங்க வந்து
ஆசிர்வாதம் பண்ணிட்டிங்க சொல்லப்போனால் அக்கா
ரொம்ப சந்தோஷபட்டுருப்பா" என்றதும்.

"இதுல என்ன இருக்கிறது தீப்தி. நான் திவ்யாவை என்னோட
சிஸ்டர் மாதிரி தான் நினைக்கிறன். என் நண்பனோட
மனைவியாச்சே " என்று கூறியதும்

"ஹாஹா உண்மை தான்." என்று சிரித்துவிட்டு இடத்தை
விட்டு நகர்ந்தாள். என்னமோ தெரியவில்லை அவன் மீது
மதிப்பும் மரியாதையும் அதிகமானது.
உற்றார் உறவினர்கள் அனைவரும் வயிறாற சாப்பிட்டு
விட்டு கிளம்பினர்.

அன்று மாலை அனைவரும் பேசிக்கொண்டிருக்க
தீப்தியோ..

"பிரகாஷ் மாம்ஸ் எங்கயாச்சும் கூட்டிட்டு போங்க போர்
அடிக்குது" என்க..

"என்னது நானா? ஐயோ எனக்கு டயர்டா இருக்குமா நான்
வரலை..."என்றதும்.

"ஏய் திவ்யா நீயாச்சும் வா டி" என்றழைக்க..

"இந்த வயித்தை வச்சிக்கிட்டு நான் எங்கடி வரது நான் வரலை" என்றதும்.

"ராஜேந்திரன் மாமா...நீங்களாச்சும்" என்று கேட்க..

"நீ வேற நான் காலைல இருந்து நியூஸ்பேப்பர் படிக்கவேயில்லை இப்பதான் டைம் கிடைச்சிருக்கு" என்றதும் அடுத்த பார்வை மீனாட்சி மீது செல்ல..

"அய்யோ எனக்கு முட்டி வலி நானும் வரலை" என்றதும்.

திவ்யா சைகையால் தன் கணவன் பிரகாஷிடம் "என்னங்க தீரனை அழைச்சிட்டு போக சொல்லுங்கள்" என்று சொல்ல..

"ஆமாம் டி செம்ம ஐடியா" என்றபடி.

"நண்பா நீ முடிஞ்சா அவளை வெளியே கூட்டிட்டு போய்ட்டு வாயேன். உனக்கும் ரிலாக்ஸ் கிடைக்கும்" என்றதும்.

"அதுசரி...ம்ம்ம்" என்று அறைக்குள் சென்று மாற்று உடை அணிந்தவன்

"வாங்க தீப்தி" என்றழைத்தபடி "மச்சி கார் சாவி எங்கே" என்று நண்பனிடம் வினவ.

"கார் சாவியா... இங்கே பக்கத்தில் போறதுக்கு எதுக்கு கார். பைக்ல போயிட்டு வாங்க" என்று பிரகாஷ் அனுப்பிவைக்க...

இருவரும் பைக்கில் கிளம்பிச் செல்ல. இருவருக்கும் இடையே எந்த சலனமும் இல்லாமல் பரஸ்பர நட்புடன் ஒன்றாக பைக்கில் இணைந்து செல்ல...

"ஆமாம் மிஸ் தீப்தி" ...

"சொல்லுங்கள் தீரன்" என்க..

"அட எங்கே போறோம்னு கூட தெரியாமல் இரண்டு பேரும் கிளம்பிட்டோம். சொல்லுங்கள் எங்கே போகணும்". என்று கேட்க அவளோ...

"அட ஆமாம்ல எங்கே என்று முடிவு பண்ணவேயில்லை...சரி வண்டியை பீச் பக்கம் செலுத்துங்கள்" என்று நகைக்க..

அவனும் அதன்படியே மெரினா கடற்கரையை நெருங்கினான். கடல் என்றால் யாருக்குத்தான் பிடிக்காது. அது ஒரு தனி சுகமே. சிலசிலுக்காற்றும் கடல் அலைகளும்..ஆங்காங்கே தூரத்தில் தெரியும் கப்பல்களும்... சூரியனின் பிரகாசமும்..இப்படி சொல்லிக்கொண்டே போகலாம்.

இருவரும் மணல் திட்டில் அமர்ந்தபடி கடலை ரசித்தனர். "தீப்தி... ரொம்ப ரிலாக்ஸா இருக்கு இங்கே வந்தது. சொல்லப்பெளனால் எங்கள் சவுபாத்தி பீச் ஜூகு பீச்சை விட மெரினா சூப்பர்" என்றவுடன்..

"அப்படியா தீரன். நீங்கள் சென்னையோட ரொம்ப ஒன்றிவிட்டிங்களோ " என்றதும்.

"ஆமாம் தீப்தி எத்தனையோ வாட்டி சென்னை வந்துருக்கேன். ஆனால் இந்தமுறை ஏனோ தெரியல இங்கேயே இருந்திடணும் போல இருக்கு." என்றதும் அவனையே பார்த்தவள்.

"மிஸ்டர் தீரன்..." என்று மெல்லிய குரலில் அவனை அழைத்தவள் அவன் நிமிர்ந்து பார்த்ததும்..

"நானும் என்னோட ஆபிஸ் ப்ரண்ட்ஸ் கிட்ட எவ்வளவோ பேசிருக்கேன். ஆனால் இப்படி தனிமைல யார்கூடயும் வெளியே வந்ததே இல்லை. இதான் முதல்வாட்டி ஒரு ஆண்மகனோட தனியா அதுவும் பீச் வரை வந்தது" என்று சொல்லி முடிக்கவும்...

"சுண்டல் சுண்டல்...அண்ணே சுண்டல் வாங்கிக்கோங்க" என்று ஒரு சிறுவன் கேட்க...இவளோ "வேண்டாம் போயிட்டு வா" என்று விரட்டிவிட..இவனோ

"தம்பி இரு...சுண்டல் எவ்வளவு"

"ஒரு ஆழாக்கு பத்துருவா அண்ணே" என்றதும்.. இருபது ரூபாய் தந்து இரண்டு பொட்டலம் வாங்கி ஒன்று அவள் கையில் திணிக்க அவளும் மறுக்காமல் வாங்கியபடி.

"ஏன் இப்படி சிறுவர்களை என்கரேச் பண்றீங்க" என்றதும்

"ஹலோ மேடம் இது என்கரேச் இல்லை. உதவி. அவனை பொறுத்தவரை அது வியாபரம்.அந்த பத்து ரூபாய் அவனுக்கு பெரிய விஷயமே" என்றதும்..

",நீங்க இப்படி யோசிக்கிறீங்க ஆனால் எனக்கு சிறுவனை பணம் கொடுத்து என்கரேச் பண்றாப்ல தோன்றுது" என்றதும்.

"எப்பவுமே ஒரே லெவலில் திங்க் பண்ணாதிங்க தீப்தி." என்று புன்னகையித்தான்.

"இவ்வளவு அறுமையா சிந்திக்கிறவரு இரண்டாவது கல்யாணம் பற்றி இன்னும் யோசிக்கவேயில்லையே"என்று வினவ..

"ஏன்..எதாவது பொண்ணு ரெடியா இருக்கா தீப்தி சொல்லுங்கள் தாலி கட்டிருவோம்" என்றான் கிண்டலாக.

சற்று நேரம் இருவருக்குள் மௌனம் நிலவியது. சற்று வேகமான உயிர்த்தெழுந்த கடலலையின் சத்தம் இவர்கள் மௌனத்தை உடைத்தது.

"என்ன ஒரு அருமையான காற்று" என்று தன் கூந்தலை கைகளுக்கு அடக்கமாய் வைத்தவாறு தீப்தி சொன்னதும்.

"ஹாஹா ஆமாம் தீப்தி. இயற்கை காற்றே ஒரு தனி சுகம் தான்" என்று இருவரும் ஒருவருக்கொருவர் இயற்கையின் அழகை விவரித்தப்படி அமர்ந்திருக்க நேரம் போனதே தெரியவில்லை.

வீட்டில் பிரகாஷும் திவ்யாவும்
"என்னங்க நம்ப ப்ளான் வொர்க்கவுட் ஆகுது போலருக்கு. இரண்டு பேரும் வெளியே போய் ரொம்ப நேரம் ஆகுது" என்றதும்..

"நல்லது. இரண்டு பேரும் ஒருத்தருக்கொருத்தர் மனசை புரிஞ்சிக்கிட்டா போதும்" என்று அலவளாவிக்கொண்டனர்.

விரைவில் தீப்தி தீரன் திருமண வைபோகமா?

அத்தியாயம் 8

எவ்வளவு நாள் தான் இப்படி தீப்தியை நினைத்து வாழ்க்கையை கெடுத்து கொள்வது என்று ரகு முடிவுக்கு வந்தவனாய் பெற்றோர் தேடிய வரனுக்கு சம்மதம் செய்தான்.

அவள் பெயர் ராதிகா. பார்க்க மாநிறமான நிறம் உயரம் ரகுவின் உயரத்திற்கு ஏற்றாற்போல் தான். அவளுடைய நீளமான கூந்தலே அவளுக்கு மேலும் அழகூட்டியது . படிப்பு வெறும் பள்ளி வகுப்பு மட்டுமே எனினும் பார்க்க புத்திசாலியாகத்தான் இருந்தாள்.

பொண்ணுகிட்ட தனியே பேசவேண்டும் என்ற ஆசையால் இருவரும் பெரியவர்கள் சம்மதத்தோடு தனியே பேசினர்.

"ராதிகா உங்களுக்கு என்னை பிடிச்சிருக்கா" என்றதும் வெட்கத்தில் தலையை குனிந்தவள். மீண்டும் அவனது அழைப்பில் நிமிர்ந்தவள்.

"எனக்கு உங்களை பிடிச்சிருக்கு ரகு" என்றாள் புன்முறுவலுடன்.

"ம்ம்ம்... எனக்கும் உங்களை ரொம்ப பிடிச்சிருக்கு. " என்று வழக்கம் போல் பெண் பார்க்கும் படலத்தில் பேசும் மக்கள் போல உரையாடலை முடித்துக்கொண்டு வெளியே வர இனிதே சம்மந்தம் முடிவானது. இவர்களுடைய வாழ்க்கை குழப்பங்கள் நிறைந்ததா அல்லது சுமுகமாக செல்லுமா பொறுத்திருந்து பார்ப்போம்.

இவனுக்கு நல்ல வரன் அமைந்துவிட்டது என்ற செய்தி ராஜேந்திரன் வீட்டில் தெரியபடுத்த அவர் அதை குடும்பத்தினர் முன்னிலையில் சொல்ல...

தீப்தி

'ப்பா தொல்லை விட்டுது ' என்று நொடித்துக்கொண்டாள்
நம் தீப்தி. இதை அருகில் இருந்த தீரனின் காதில்
விழுந்துவிட
"ஆமாம் நீங்க ஏன் முனுமுனுக்கிறீங்க" என்றதும்.

"அது ஒரு பெரிய கதைங்க...என் பின்னால் சுத்திட்டே
இருப்பான். இப்ப ஏதோ ஞான உதையம் வந்துடுச்சு போல
வேற பொண்ணை பார்த்து கல்யாணம் பண்ணிக்க
போறான்.

"ஹாஹா பட் ஒரு வகையில் நீங்க ஹன்லக்கி தான்".
என்றதும் தன் திருத்திய புருவத்தை உயர்த்திரவள்.

"என்ன நான் ஹன்லக்கி ? என்ன உலறீங்க என்றதும்

"ஆமாம் பின்ன உங்கள் பின்னாடியே சுத்திட்டு இருந்தவரு
இன்னைலிருந்து ராதிகா பின்னாடி சுத்தபோறாரு. உங்கள்
மேல வச்ச காதல் டபுள் மடங்கா அவங்களுக்கு கிடைக்க
போகுது" என்றதும்..

சற்று நேரம் மௌனம் காத்தவள் அவனை நிமிர்ந்து பார்த்து
"உண்மை தான் மிஸ்டர் தீரன் நான் ஹன்லக்கி தான். என்
லைப்ல அப்பாவும் இல்லை அம்மாவும் இல்லை எனக்குனு
ஒரு துணையும் இல்லை கரெக்ட் தான்" என்று தலையை
குனிந்து கொள்ள...

"சாரி நான் அந்த அர்த்தத்துல சொல்லல" என்றதும்.

"ஓகே விடுங்க" என்றபடி நகர்ந்தாள். அவளை ஏதேனும்
காயப்படுத்திவிட்டோமோ என்று நொந்துக்கொண்டான்.
ஆனால் உண்மையில் அவளுக்குள் இருக்கும் குற்றவுணர்வு
தான் காரணம். ஒரு வகையில் ரகுவின் காதலை
மதிக்காமல் போயிட்டோமே என்ற குற்றவுணர்ச்சி. ஆனால்
இதற்கு மேல் என்ன செய்யமுடியும். இவளுக்கு என்று ஒரு
வாழ்க்கை இல்லாமல் போய்விடுமா என்ன...

நேரம் கடந்துக்கொண்டே போனது அவன் மும்பை செல்லும் நேரம் நெருங்கியது.
"மச்சி தாங்க்ஸ் டா பங்ஷன் வந்து கலந்துகிட்டு இத்தனை நாள் எங்களோட சந்தோஷமா இருந்ததற்கு" என்று சொல்ல...

"நண்பா,இதுக்கெல்லாம் தாங்க்ஸா விடுடா"

"தாங்க்ஸ் மிஸ்டர் தீரன்" என்று திவ்யா அவள் பங்கிற்கு சொல்ல...

"நீங்களுமா.." என்று சலித்துக்கொண்டவன். எல்லோரிடமும் விடைப்பெற்றுக் கொண்டான். தீப்தியிடம் வெறுமென தலையை மட்டும் அசைத்துவிட்டு செல்ல அவளும் ஏக்கம் மிகுந்த பார்வையோடு தலையசைக்க விடைப்பெற்று கொண்டான்.

நாட்கள் உருண்டோடின.

அங்கு மும்பையில் அனாமிகா தீரனிடம்.
"டேட் இங்கே எப்பபாரு ரேவதி பாட்டி தாத்தா பெரியப்பா பெரியம்மா னு போர் அடிக்குது. என்னை எப்போ சென்னைக்கு கூட்டிட்டு போற" என்று வினவ.

"செல்லம் போலாம்டா விடு" என்று சமாதானம் சொல்ல...

"சரி விடு டேட் இன்னைக்கு சவுபாத்தி பீச்சுக்கு போகலாமா" என்றதும்.

"பீச்சா...?" என்று வினவ..குழந்தையும் ஆமாம் என்று தலையசைக்க குழந்தையை அழைத்துக்கொண்டு சென்றான். அப்போது தான் தீப்தியுடன் மெரினாவிற்கு சென்றது நினைவுக்கு வந்தது.

'நல்ல பொண்ணு தீப்தி. இவளை மாதிரி ஒரு ப்ரண்டு கிடைக்க நான் கொடுத்து வச்சிருக்கனும். என்று மனதினுள்

தீப்தி

அசைப்போட்டபடி கடலை வேடிக்கை பார்த்துக்கொண்டிருந்தான்.

"டேட் உங்கள் கிட்ட ஒன்று கேட்கவா" என்றது அந்த குழந்தை அனாமிகா.

"என்ன"?

"இல்லை எல்லா குழந்தைகளுக்கும் அவங்க அம்மா இருக்காங்க ஆனால் எனக்கு மட்டும் அம்மா சாமிகிட்ட போயிட்டாங்க. எனக்கு மறுபடியும் அம்மா கிடைக்கமாட்டாங்களா" என்று ஏக்கத்துடன் கேட்க அவனால் பதிலளிக்க இயலவில்லை. எங்கு அழுதுவிடுவோமோ என்று மனதை தேற்றிக்கொண்டான்.

குழந்தையின் ஏக்கத்தை அவனால் நன்கு உணரமுடிந்தது. ஆனால் இதற்கு தீர்வு இன்னொரு கல்யாணம் செய்தால் தான் என்று யோசித்தவன். இதைப்பற்றி தன்னுடைய தாய் ரேவதியிடம் பேச எத்தனித்தான்.

வீட்டுக்கு வந்தவுடன் தாயின் அருகில் அமர்ந்தவன். "மா அனாமிகா அம்மா இல்லாமல் ஏங்கியிருக்கா மா. பேசாமல் இன்னொரு கல்யாணம் பண்ணிக்கவா" என்று கேட்டதும்.

சராசரி தாயாக இருந்தால் பூரித்து போயிருப்பாள் ஆனால் ரேவதியோ " டேய் என் மருமகள் வேணி இருந்த இடத்தில் இன்னொருத்தியை நினைச்சு கூட பார்க்க முடியல..மனசுக்கு நீ சொல்லும்போதே கஷ்டமா இருக்குடா" என்று வருந்த..

இறந்துப்போன தன் மனைவியின் மேல் தாயிற்கு இவ்வளவு பாசமா என்று வியந்தான்.

"மா எனக்காக இல்லை மா எல்லாம் அனாமிகாக்காக" என்றதும்.

"சரிப்பா அதற்கென பொண்ணு தேட ஆரம்பிக்கிறேன்."
என்று சொல்லிவிட்டு அவர் நகர இவனும் எதையோ
சிந்திக்கலானான். வேணியுடன் வாழ்ந்த காட்சி எல்லாம்
அவனை வெகுவாக வருடியது.

"வேணி ஐயம் சாரி டி...நீ இருந்த இடத்தில் இன்னொருத்தி
வரனும்னு நினைக்கிறதை தப்பு தான் ஆனால் நம்ப
குழந்தை.." என்று தழுதழுத்த குரலில் புலம்பிக்கொண்டு
இருந்தான்.

எதிரே தெற்கு திசையில் மாட்டி வைத்திருந்த வேணியின்
புகைப்படத்திலிருந்த பூ கீழே விழுந்தது. சொர்க்கத்தில்
இருப்பவள் கடவுள் ஸ்தானத்தில் ஆசிர்வதிப்பது போல...

"வேணி...ஸ்டில் ஐ லவ்யூ" என்று சொல்லியபடி
கண்கலங்கினான்.

உண்மைதான் அவளுடைய இறப்பிற்கு பிறகு வேறொரு
திருமணம் பற்றி யோசிக்காமல் இருந்ததற்கு இதுவும் ஒரு
காரணம் தான். வேணியை அவனால் மறக்க இயலவில்லை.
அவள் இருந்துவிட்டு சென்ற இடத்தை வேறொருத்தியை
கொண்டு நிரப்ப மனமில்லை...

ஆனால் குழந்தையின் ஏக்கத்தை அறிந்தவனாய் தனக்கு
ஒரு துணை வேண்டும் என்பதை விட தன் குழந்தைக்கு ஒரு
தாய் வேண்டும் என்று யோசித்தான்.

ரேவதி தரகரிடம் சொல்லிவைத்திருந்த நிலையில் நிறைய
இரண்டாம் தாரம் வரன்கள் வந்து குவிந்தன...டிவோர்ஸ்
ஆன பெண்கள்..கணவனை இழந்து வாடும் பெண்கள் என
எக்கசக்கமாக வரன்கள் குவிந்தன..

நாட்டில் இத்தனை பேரு துணை தேடுகின்றன்றோ என்று
வியந்தான். ஒவ்வொரு போட்டோவையும்

பார்த்துக்கொண்டிருந்தான். ஆனால் எதுவும் பிடித்த மாதிரி தோணவில்லை.

"இவங்க எல்லாம் என் வேணிப்போல் ஆகுமா" என்று உச்சுக்கொட்டியவன். சற்று நேரம் தன்னை ஆசுவாசப்படுத்திக்கொள்ள தரகர் வீட்டுக்கு நேரடியாக வந்து ஒரு வரன் இருப்பதாக கூறினார்.

"ரேவதி மா நம்ப தீரனுக்கு இன்னும் திருமணமே ஆகாத பொண்ணு ஒன்று இருக்கு. இதுவரை நான் காட்டினது எல்லாம் டிவோர்ஸ் அது இதுனு ஆனால் இந்த பொண்ணு இன்னும் கல்யாணம் ஆகல வயசு 30" என்றதும்.

"அதுசரி.. நம்ப தீரனுக்கு 34, நான்கு வருஷம் தான் வித்தியாசம். பேசாமல் இதையே பேசிமுடிச்சிருவோம்" என்று ஆலோசிக்க...

தரகரும் "ஆமாம் மா பொண்ணு போட்டோ எதவும் தரலை பொண்ணை நேரில் வந்து தான் பார்க்கணுமாம்" என்றதும்.

"சரி சரி அதுக்கென்ன பார்த்துட்டா போச்சு" என்று சொல்லி தரகரை அனுப்பிவைத்தார் ரேவதி.

"டேய் தரகர் சொன்னது ஓகேவா" என்றதம்.

பதில் எதுவும் சொல்லாமல் அவன் அறையை நோக்கி நடந்தான்.

தொடரும்

அத்தியாயம் 9

திருமணமே ஆகாத பெண்ணா ? அப்படியென்றால் என்னை குழந்தையோடு ஏற்றுக்கொள்வாளா? என்று யோசித்துக்கொண்டிருந்தான்.

"என்னடா எதையோ யோசிச்சிட்டு இருக்க", என்று ரேவதி வினவியபடி அவனருகே வந்து அமர

"மாம் ஏற்கனவே டிவோர்ஸ் ஆன பொண்ணு புருஷனை இழந்த பொண்ணு என்றால் சரிதான் ஆனால் திருமணமே ஆகாதவ எப்படிமா எனக்கு இரண்டாதாரமா அதுவும் அனாமிகாவை எப்படி ஏத்துக்குவா" என்று சொல்லி தன் சந்தேகத்தை முன்வைக்க..

"டேய் இப்படியெல்லாம் யோசிச்சா என்னடா பண்றது முதல்ல சென்னை போய் பொண்ணை பார்ப்போம். ஃபார்மலா ஒரு ஹோட்டல் சந்திப்பு மாதிரி வச்சிப்போம். ஸோ கேஷூவலா போய் பார்க்கலாம் டா" என்றதும் சரியென தலையசைத்தான்.

"ஐ ஜாலி நம்ப சென்னை போகப்போறோமா சீக்கிரமே" என்றது குழந்தை.

"ம்ம்ம் அப்பா டாக்டரா இல்லை ட்ராவலரா என்று எனக்கே புரியல செல்லம். ஊருக்கு போறதே பொழப்பா இருக்கு. " என்று அவளை தூக்கி மடியில் அமர்த்திக்கொள்ள..

"ஹாஹா" என்று குழந்தை வாய்விட்டு சிரித்தது.

எதர்ச்சையாக அவனது மருத்துவமனையிலிருந்து ஒரு அழைப்பு வந்தது.
"டாக்டர் ஒரு அர்ஜன்ட் கேஸ் வாங்க சீக்கிரம். ஆஞ்சோக்ராம் பண்ணணும்" என்றது மடியில் அமர்த்திய

<h1 style="text-align:center">தீப்தி</h1>

குழந்தையை இறக்கி விட்டு உடனே மருத்துவமனைக்கு விரைந்தான்.

அஞ்சோக்ராம் சிகிச்சை நோயாளிக்கு அளித்துவிட்டு வெளியே வர அங்கு "அனிதா" நின்றிருக்க...

"என்ன அனிதா சிஸ்டர் அப்படி பாக்குறீங்க"

"ஐயோ சார் எத்தனை வாட்டி சொல்றது சிஸ்டர் னு கூப்பிடாதிங்கனு" என்று சிணுங்க..

"பின்ன நர்ஸை சிஸ்டர் தானே சொல்லணும்" என்றான் தீரன்.

"ம்ம் க்கும் அது மத்த சிஸ்டர்ஸ அப்படி கூப்பிட்டுக்கோங்க ஆனால் என்னை அப்படி கூப்பிடாதிங்க"என்க..

"ஓய்...வேலை இல்லையா உனக்கு"

"இருக்கே..இப்பக்கூட ஒரு பேஷண்ட்க்கு ட்ரஸ்ஸிங் பண்ணணும்" என்றதும்..

"அப்போ இடத்தை காலி பண்ணு" என்றான் சிரித்தவாறே.

"ச்ச கொஞ்சம் நேரம் கூட பேசமாட்டிங்களே" என்று முறைத்தபடி வெளியே வந்தாள்.

யார் இந்த அனிதா இந்தக்கதையில் என்று தோன்றுகிறதா. தீரன் பணிபுரியும் மருத்துவமனையில் செவிலியராக இருப்பவள். வயது 20, தான் என்றாலும் தீரன் மீது தீராத காதல் . அவளுடைய காதல் வெறும் ஏதோ ஓர் ஈர்ப்பு தான் என்பதை புரிந்துக்கொண்ட தீரன் அவளது காதலுக்கு எந்த வித பதிலும் சொல்லவில்லை.

பாக்யலட்சுமி. கு

இந்த வயதில் எல்லா பெண்களுக்கும் வர ஈர்ப்பு தான். ஆனால் அனிதாவை பொறுத்தவரை அது ஆழமான காதல் தான். காதலுக்கு கண்ணில்லை என்பார்கள். உண்மை தான் தீரன் தன்னைவிட பதினான்கு வருடம் பெரியவன் என்று அறிந்தும் காதலிக்கிறாள் என்றால் அவள் முட்டாள் தனத்தை என்னவென்று சொல்வது.

தீரன் நினைக்கும்படி அது வெறும் ஈர்ப்பு தான் இருக்கவேண்டும். தீரனை பொறுத்தவரை அனிதா சிறுபிள்ளை போலத்தான்.

பணிமுடிந்து வீடு திரும்பும் தருவாயில் "சார் "என்றாள் அனிதா.

"சொல்லு அனி" என்றான் சுருக்கமாக.

"அனி யா ...என்னை ஷார்ட் பார்ம்ல கூப்பிடுறது நல்லாருக்கு" என்றாள் வெட்கத்துடன்.

"ஹலோ மேடம் நான் சாதாரணமாக தான் கூப்பிட்டேன்" என்றான் தீரன்.

"சரி எது எப்படியோ என்னை கார்ல ட்ராப் பண்ணிடுறீங்களா சார்" என்றதும்.

"ஏன் எப்பவும் சைக்கிளில் வருவியே என்ன ஆச்சு" என்று வினவியதும் சைக்கிள் பஞ்சர் அதனால் வரும்போது நடந்தே வந்ததாகவும் போகும்போது ஆச்சும் இவனுடன் ட்ராப் செல்லலாம் என்று நினைத்ததாக கூற இவனும்.

சரி போற வழி தானே இறக்கி விடுவோம் என்று அமர்த்திக்கொண்டு காரை செலுத்தினான். அவன் கார் ஸ்டேரிங்கை பிடித்துக்கொண்டு ஓட்டிக்கொண்டிருக்க அதன் அழகை ரசித்தவாறு அனிதா அமர்ந்திருந்தாள்.

"அனிதா...ஜொல்லு விட்டது போதும்"என்றான் கவனித்தப்படி.

"அ...அது வந்து டாக்டர்" என்று நிலைமையை ஒருவழியாக சமாளித்தாள்.

வீட்டுவாசலில் கார் நின்றதும் இறங்கியவள் "சார் உள்ளே வரலாமே" என்றழைக்க..

"இல்லை அனிதா நான் வரலை..எனக்கு நிறைய வேலை இருக்கு" என்க

"ஏன் சார் இந்த சின்ன ஓட்டு வீட்டுக்குள் வர கஷ்டமா" என்றதும் அவனுக்கே பாவமாக இருந்தது.

"சரி வரேன்" என்று உள்ளே நுழைந்ததும் அங்கு கண்ணு தெரியாத ஒரு பெரியவர் அமர்ந்திருக்க...

"இவர் எங்க தாத்தா" என்று அறிமுகம் செய்தாள்.

"அனிதா உனக்கு அம்மா அப்பா எல்லாம் எங்கே" என்றதும்.

"இதோ" என்றபடி சுவரில் தொங்கும் போட்டோவை காட்ட அவனுக்கே ஒருமாதிரி ஆயிற்று.

"அப்படினா நீயும் தாத்தாவும் தனியா தான் இந்த வீட்டில் இருக்கீங்களா" என்றதும் "இல்லை எனக்கு ஒரு அத்தை இருக்காங்க கல்யாணம் பண்ணிக்காமல்,இப்படியே எங்களுக்காக இந்த வீட்டில் முதிர்கண்ணியாக இருக்காங்க" என்றதும் அவள் குடும்பத்தின் நிலையை கண்டு அவனுக்கு மனம் இளகியது.

"அனி...இவ்வளவு கஷ்டத்தையும் நீ பார்த்து வளர்ந்துருக்க அப்படினா உனக்கு பொறுப்பு இருக்க வேண்டாமா ம்ம்ம் இப்படி உன்னை விட பதினான்கு வயது பெரியவனா இருக்க என்கிட்ட போய் காதல் அது இதுனு பேசுறீயே உனக்கே நியாயமா சொல்லு.." என்று அவன் சொல்வதை கூர்ந்து கவனித்தவள்.

"ஒரு நிமிஷம் சார் நான் யுனிபார்ம்ல இருக்கேன் ட்ரஸ் மாத்திட்டு வந்துடுறேன்"என்றபடி அங்கிருக்கும் சிறிய அறையினுள் நுழைந்து தாழிட்டு பின்னர் சிறிது நிமிடம் கடந்தபின்பு வெளியே சுடிதாரில் வந்தவள்.

"இப்ப சொல்லுங்கள் " என்று நிற்க...

"நான் சொல்லியாச்சு நீதான் அதற்கான பதில் எதுவும் சொல்லவில்லை" என்றதும்.

"சார் இது இன்பேக்சுவேஷனா னு எனக்கு சத்தியமா தெரியல ஆனால் என்னனு சொல்ல தெரியல உங்களை எனக்கு பிடிச்சிருக்கு" என்றதும்.

"ஓய்..அனி இன்னும் பத்து வருஷம் போனால் எனக்கு முடி நரைக்கவே ஆரம்பிச்சிடும். பரவாயில்லையா" என்றதும்.

"டை அடிச்சிக்கலாமே" என்று வெகுளியாய் கூற இந்த முறை அவனறியாமல் சிரிப்பு உதட்டில் உதிர்ந்தது.

"அனி...சின்னபசங்க மாதிரி பேசாத இதெல்லாம் நடைமுறைக்கு சாத்தியபடாத விஷயம். நீ சின்ன பொண்ணு உனக்கு இன்னும் வயசு இருக்கு. இப்ப உனக்கு வந்ததுக்கு பேரு லவ்வுனு நீ சொன்னாலும் அந்த லவ் ஒரு கண்மூடித்தனமான லவ். சொல்லப்போனால் நான் டாக்டர் அப்டிங்கிற அந்தஸ்து னாலயோ இல்லை அழகா இருக்கேன் அப்டிங்கிறதுனாலயோ இல்லை எல்லார்கிட்டயும் இயல்பாக பேசுறேன் அப்டிங்கிறதுனாலயோ உனக்கு என்மேல ஈர்ப்பு வரலாம். ஆனால் இதை நம்பி உன் வாழ்க்கையை வீண் பண்ணாத ப்ளீஸ்" என்றதும்.

"என்னமோ சொல்றீங்க சரி நடக்கிறது நடக்கட்டும்" என்று முகத்தை திருப்பிக்கொள்ள அவனோ

"ஹலோ அனி மேடம் வீட்டுக்கு வந்துருக்கேன் ஒரு காபி எல்லாம் இல்லையா" என்றதும்.

"அச்சோ சாரி சார் இதோ இரண்டு நிமிஷம்" என்று காபி தயாரித்து அவனிடம் நீட்டினாள்.

அதை வாங்கி பருகிவிட்டு "ஓகே அனிதா நான் கிளம்புறன். நான் சொன்னது நியாபகம் இருக்கட்டும்" என்று விடைப்பெற்று கொள்ள அவளும் கையசைத்து வெகுளியாய் அவனை பார்த்தப்படி நின்றாள்.

காரில் ஏறியவனுக்கோ ஒரே குழப்பம் 'ஒரு சின்ன பெண் மனதில் தன் மேல் காதல் வர என்ன காரணம். ஒருவேளை நாம் அவ்வாறு ஏதேனும் நடந்துக்கொண்டோமா?' என்று குழம்பினான்.

ஆனால் "டை அடித்திக்கொள்ளுங்கள்" என்று அவள் சொல்லியதை நினைத்து தான் சிரிப்பு அடக்க முடியவில்லை.

ம்ம் முப்பதினாலு வயசுல கூட அழகா இருக்கபோலருக்கு தீரா அதான் இவ்வளவு லவ்வா அனிதாவுக்கு. என்று தன்னையே நினைத்து மெச்சிக்கொண்டான்.

நான் சொல்லியது அனிதாவிற்கு எந்தளவு புரிந்தது என்று தெரியவில்லை. ஒருவேளை எனக்கு வயது வித்தியாசம் அந்த அளவு இல்லாமல் போயிருந்தால் இவளது காதலை நான் ஏற்றுக்கொண்டிருப்பேனோ தெரியவில்லை.

ஆனால் இந்த அளவு ஒருபெண் கண்மூடித்தனமாக காதலிக்க முடியுமா என்ன? என்னமோ ஆண்டவா அந்த பொண்ணுக்கு நல்ல புத்தியை குடுப்பா. என்று நினைத்தவாறு வீடு வந்து சேர்ந்தான்.

தொடரும்

அத்தியாயம் 10

இந்த முறை அனாமிகாவின் வேண்டுகோளின்படி சென்னைக்கு இரயிலில் பயணம். அண்ணன் அண்ணியும் உடன் வந்தனர்.

"செல்லம்..உன் விருப்பப்படி ட்ரெயின் ஏறியாச்சு ஹாப்பியா உனக்கு"என்று வினவியதும்..

"டாட் தாங்க்யூ ஸோ மச்" என்று அணைத்து தீரனை முத்தமிட்டது குழந்தை. பிறகு அண்ணனின் ஒரு வயது மகனை தூக்கி மடியில் அமர்த்தியவன்.

"தங்கம் என்ன பாக்குறீங்க " என்று கொஞ்சியபடி நேரத்தை செலவிட்டபடி இருந்தான் தீரன். தீரனின் அண்ணனுக்கு ஆறு வருடங்கள் கழித்து தான் மகன் பிறந்தான். எனவே அவன் வீட்டில் உள்ள எல்லோருக்கும் செல்லம்.

"சித்தப்பா மடியில எவ்வளவு அழகா உக்காந்து சிரிச்சிட்டு வரான் பாருங்கள்" என்று தீரனின் அண்ணி சொல்ல..

"பின்ன சித்தப்பா நா செல்லத்துக்கு ஆசையாச்சே" என்று தீரன் சொல்ல..

"ம்ம் இப்படித்தான் சொல்லுவீங்க தம்பி அடுத்து மனைவி வந்தவுடன் உங்களுக்கு செல்லம் அவங்க தானே" என்று கிண்டலடிக்க...

"அண்ணி போங்க அண்ணி நீங்கவேற", என்று வெட்கப்பட்டான் தீரன். அவனுக்கு வரன் பார்க்க தான் சென்னையே தற்போது செல்கின்றனர். ஆகையால் அவனுடைய திருமணம் பற்றிய பேச்சுதான் அதிகமாக இருந்தது இந்த பயணத்தில்.

தீப்தி

இரயில் பயணம் என்றாலே எல்லோருக்கும் ஓர் அலாதியான சுகம் தான். ஜன்னல் வழியே வேடிக்கையும் சுற்றி நம்மை போல் அலவளாவிக்கொண்டிருக்கும் பயணிகளும். அவ்வப்போது கேன்டினிலிருந்து வரும் சமையல் வாசமும் ஆஹா... இதையெல்லாம் வாழ்வில் அனுபவிக்காதவர்கள் துர்பாக்கியசாலிகள் என்று சொன்னால் மிகையாகாது. அத்தகைய சுகமான பயணத்தை தான் தற்போது அனுபவித்துக்கொண்டிருக்கின்றனர் தீரன் குடும்பத்தினர்.

மறுநாள் காலை சென்னை வந்தடைந்தது எக்ஸ்பிரஸ் இரயில். தங்களது உடமைகளை எடுத்துக்கொண்டு சென்ட்ரல் இரயில் நிலைய ப்ளாட்பாரத்தில் நடந்துவந்துக்கொண்டிருக்க...

டாக்ஸி ட்ரைவர் ஓடிவந்து "சார் டாக்ஸி" என்றதும்.

"ஆங்..பனகல் பார்க் டி நகர் வரை போகணும் வரீங்களா. இத்தனை பேரை ஏத்துவீங்களா" என்றதும்.

"ஏத்தலாம் சார் பெரியவங்க ஐந்து பேர் தானே இருக்கீங்க.தாராளமாக போகலாம் வாங்க" என்றதும் அந்த டாக்ஸியில் ஏறிக்கொண்டனர். அது கொஞ்சம் பெரிய கார் என்பதால் சவுகரியமாக இருந்தது. இவர்களது பூர்வீக வீட்டினை வந்தடைந்தனர்.

வந்ததும் வேளையாட்கள்...
"வாங்க மா அறையெல்லாம் சுத்தம் பண்ணிட்டோம். சாப்பாடு ஹோட்டலில் இருந்து வரவழைச்சாச்சு" என்றதும்.

"ம்ம்ம் சரி சரி...நீங்களும் சாப்பிடுங்க வாங்க" என்று ரேவதி அழைக்க..

"அய்யோ அதெல்லாம் எதுக்கு வேண்டாம்ங்க நாங்க கிளம்புறோம்" என்று விடைப்பெற்று கொண்டனர்.

அன்று இரவு தான் பெண்பார்க்கும் சம்பிரதாயத்தை வைத்திருந்தனர்.
"ஹோட்டல் ராயலில்" எல்லா அரேஞ்மண்டும் நடந்திருந்தது.

"மாம் இதெல்லாம் சரிவருமா" என்றான் தீரன்.

"டேய் கம்முனு இரேன்டா ஏன் இவ்வளவு யோசனை" என்றார் தந்தை.

"இல்லை டேட் அதுவந்து"...என்று இழுக்க...

அதெல்லாம் சரிவரும் நீ படுத்து தூங்கு அப்பதான் இரவு ப்ரஷ்ஷா இருப்ப என்று ரேவதி அவனை அறையில் படுத்துறங்க கட்டளையிட அவனும் படுத்துறங்கினான்.

இரவு நேரம் நெருங்க நெருங்க அனைவரிடமும் ஒருவித எதிர்பார்ப்பு. அதுவும் தீரனுக்கு இதயத்துடிப்பு அதிகமானதுபோல் உணர்வு. அனாமிகாவுக்கோ எதிர்கால தன் தாயை பார்க்க போகும் மகிழ்ச்சி.

அனைவரும் காரில் பயணம் செய்தவாறு அந்த ஹோட்டல் ராயலை வந்தடைந்தனர். பெண் வீட்டார் வர இன்னும் சற்று நேரமே இருந்தது. வானநீலம் நிறத்தில் ஷர்டும் பார்மல் பேண்டும் அணிந்திருந்தான் தீரன். அவனுக்கே உரிய அந்த வசிகரபுன்னகையும் கச்சிதமான மீசையும் ட்ரிம் செய்த பேஷன் தாடியுமாக சினிமா ஹீரோ போல் இருந்தான் நம் தீரனை.

தீரனை காண்பித்தால் எந்த பொண்ணும் அவனை வேண்டாம் என்று நிராகரிக்க மனம் வரவே வராது. அந்த அளவு கொள்ளை அழகு. அவனுடைய நிறமோ பாலில் ஒருதுளி சந்தனம் கலந்தால் என்ன நிறமோ அத்தகைய நிறம். அதுமட்டுமின்றி சமுதாயத்தில் டாக்டர் என்ற அந்தஸ்தும் இருக்க...இத்தகையவனை வேண்டாம் என்று நிராகரித்தால் அவள் நிச்சயம் பைத்தியம் தான்.

<h1 style="text-align:center">தீப்தி</h1>

சரி பெண் வீட்டார் வரட்டும் என்னதான் நடக்கிறது என்று பார்ப்போம். பெண்ணின் அக்காள் பட்டுபுடவை அணிந்தவாறு நிறைமாத கர்ப்பிணியாய் நடந்து வர அதைக்கண்டதும்.

"இது திவ்யா மாதிரி இருக்கே " என்று முணகலோடு காண..

"அட ஆமாம்..." என்று யோசித்தவன் அப்படியென்றால் இன்று நாம் காண வந்த பெண் "தீப்தியோ" என்று யூகித்தவன் பின்னாடியே தீப்தியும் மயில் கலர் பட்டுப்புடவை அணிந்து தேவதைப்போல நடந்து வந்துக்கொண்டிருக்க...

"டேய் பொண்ணை நல்லா பார்த்துக்க டா" என்று ரேவதி சொல்ல..

"மாம்...இந்த பொண்ணு பிரகாஷோட மச்சினிச்சி" என்றவன் தன் நண்பன் வருவதையும் கவனித்தான்.

"மச்சி டேய் நீயா மாப்பிள்ளை...வாட் எ சர்ப்ரைஸ்" என்றான் பிரகாஷ். அப்படியென்றால் இருவீட்டாரும் அறிமுகமானவர்கள் தான் என்பது அவர்களுக்கே தெரியவில்லை. தரகர் சொன்னதை வைத்து பெண் பார்க்கும் சம்பிரதாயம் நடந்தது தவிர வேறு எதுவும் அறிந்திருக்கவில்லை. ஆம் மாப்பிளையின் பெயர் கூட பிரகாஷ் கேட்கவில்லை. தீரன் என்று சொல்லியிருந்தால் புரிந்து கொண்டிருப்பான்.

யாருக்கு தன் மச்சினிச்சியை மணம் முடிக்க நினைத்தானோ அவர்களே முறைப்படி பெண் கேட்டு வரும் தருணம் இயல்பாகவே நடந்தேறியது.

"சத்தியமா நீதான் மாப்பிள்ளை னு எனக்கு தெரியாது. தரகர் உன் பெயர் வேற ஏதோ சொன்னாரு " என்று பிரகாஷ் சொன்னதும் ரேவதி சிரித்துக்கொண்டே "அட அது வீட்டில் இவனை நாங்க கூப்பிடுற செல்லப்பெயர்" என்றதும்.

"ஓ..அப்படியா"என்று வியக்க... அந்த சந்தோஷ்த்திலிருந்து பிரகாஷ் மற்றும் திவ்யாவால் மீழ முடியவில்லை. ஏதோ தரகர் சொல்லியனுப்பிய வரன் அதுவும் மீனாட்சி வற்புறுத்தி அனுப்பி வைத்ததால் தான் தீப்தியை அழைத்துக்கொண்டு வந்தார்களே தவிர உண்மையில் தீரன் குடும்பம் தான் என்பதை அறிந்திருக்கவில்லை...

தாங்கள் நினைத்தது நடக்கபோது என்ற சந்தோஷம் திவ்யாவுக்கும் பிரகாஷிற்கும்.

"மிஸ் தீப்தி.." என்று தீரன் அழைத்த அழைப்பில் நிமிர்ந்தவள்.

"சொல்லுங்கள் தீரன்" என்று எதிர்கொள்ள..

"உங்களுக்கு ஓகே தானே" என்று வினவ..

"ம்ம்ம்" என்றபடி தலையசைத்தாள் தீப்தி. எந்த வரனைப்பார்த்தாலும் வேண்டாம் வேண்டாம் என்று சொல்லி திரிந்தவள் இன்று தீரன் தான் மாப்பிள்ளை என்று தெரிந்ததும் சரி என்றாளே என்று ஆச்சரியம் திவ்யாவுக்கும் பிரகாஷிற்கும்.

"என்னங்க என்னாச்சு என் தங்கச்சிக்கு'? என்று சிரித்தாள் திவ்யா.

"ஹாஹா உமக்கொட்டான் இவ்வளவு நாள் தீரனை மனசுல நினைச்சிட்டு இருந்துருக்கு " என்று பிரகாஷ் சொல்லி சிரிக்க... அன்றைய சந்திப்பு சுமுகமாக இருந்தது.

"பிரகாஷ்.... ஜயம் ஸோ ஹாப்பி" என்றான் தீரன்.

"எப்பவுமே நீ ஹாப்பியா இருக்கணும் மச்சான். சரி அப்ப நாங்கள் கிளம்புறோம்" என்று விடைபெற...

தீப்தி

"டேட் தீப்திமாவுக்கு பை சொல்லுங்கள்" என்றாள் அனாமிகா உடனே தீரன் அவளை எதிர்நோக்கியபடி தனது வசீகர புன்னகையுடன் "டேக் கேர் பை" என்றதும்.

"பை தீரன்" என்று புன்னகையித்தபடி விடைப்பெற்று கொண்டாள் தீப்தி .

தீரன் தீப்தி கல்யாண வைபோகம் விரைவில்.

அத்தியாயம் 11

வீட்டுக்கு வந்தவுடன் தன் உடைகளை மாற்றியவளாய் சவுகரியமான உடையில் தனது அறையில் உள்ள மெத்தையில் படுக்க தீரனின் நியாபகம் வாட்டி வதைத்தது.

மிஸ்டர் தீரன் நிஜமாவே நீங்க தான் என் ஹஸ்பண்டா என்னால நம்பவே முடியல என்று மனதில் நினைத்தபடி படுத்திருக்க...

'குழந்தை பெறாமலே ஒரு பெண் குழந்தைக்கு தாயான பாக்கியம் உலகில் எத்தனை பேருக்கு கிட்டும். அனாமிகாவை என் சொந்த மகள் போல் பார்த்துக்குவேன்' என்று தன் மனதில் உரைத்தாள். இந்த நினைப்பிலே நித்திரையும் தழுவியது.

அங்கு தீரனும் அருகில் படுத்திருந்த அனாமிகாவிடம். "செல்லம் உன் தீப்தி மா இனிமே உனக்கு அம்மா தான். நீ அவங்க அரவணைப்பில் தான் வளரப்போற இப்ப உனக்கு ஹாப்பியா" என்றதும்.

"ஹாப்பி டேட்" என்றுரைத்தாள் அந்த செல்ல பிள்ளை.

இவர்களின் திருமணத்தேதி உடனே குறிக்கப்பட்டுள்ளது. மும்பையில் உள்ள தீரனின் வீட்டில் தான் இவர்களுடைய திருமணம் நடைப்பெற உள்ளது.

ஆம் நெருங்கிய உறவினர்கள் மற்றும் ஒருசில நண்பர்கள் தவிர யாரையும் அழைக்கவில்லை. சென்னையில் உள்ள உறவினர்கள் ரயிலில் முன்பதிவு செய்து வைத்தனர் திருமணத்திற்கு செல்ல. எல்லா ஏற்பாடுகளும் இனிதே துவங்கியது.

20 நாட்கள் கழிந்தது.

தீரனின் வீட்டு வாசலில் ரங்கோலி கோலமும் மாவிலை தோரணமும். வாழைப்பந்தலும் இருக்க விசேஷ வீடு என்பதை தெள்ளத்தெளிவாக காட்டி கொடுத்தது. ஆம் வீடு முழுக்க உறவினர்கள் கூட்டமும் குழந்தைகள் விளையாடும் சத்தமும் ஒலித்துக்கொண்டிருந்தது.

மணவறையில் மாலையும் கழுத்துமாக தீரனும் தீப்தியும் அமர்ந்திருந்தனர். மங்களநாண் முடிக்கும் நேரமும் நெருங்கியது.

"மாங்கல்ய தானம் பண்ணுங்கோ" என்று ஐயர் சொல்ல...கெட்டிமேலம் முழங்க அவள் சங்கு கழுத்தில் தாலி ஏறியது. திருமணம் முடிந்ததும் பெரியவர்களின் ஆசிப்பெற்றனர்.

நேரம் கடந்து செல்ல அனைவரும் அன்றிரவு சம்பிரதாயத்திற்காக ஏற்பாடு செய்யத்துவங்கினர். தீரனின் அறையோ அலங்காரத்தில் மின்னியது.

நம் கதாநாயகி தீப்தியோ சற்று பதற்றத்துடன் இருந்தாள். அனாமிகாவை முன்பே உறங்கவைத்து தனது அறையிற்குள் படுக்க வைத்தார் ரேவதி. நம் தீப்தியோ தீரனின் அறையிற்குள் அனுப்பப்பட்டாள்.

"தீப்தி உக்காரு வா ஏன் நிக்கிற" என்று அவனருகே அமரவைத்தான்.

"தீரன் எனக்கு ரொம்ப டென்ஷனா இருக்கு. இதெல்லாம் இன்னொரு நாள் வச்சிப்போமே என்று வெட்கத்துடன் சொல்ல அவள் தோளை தன்னோடு சேர்த்து "தீப்தி ஐ கேன் அன்டர்ஸ்டாண்ட். டேக் யுவர் டைம்" என்று சொல்லி அவளது நெற்றியில் முத்தமிட அவளோ எதிர்பாராத அந்த முத்தத்தில் உறைந்து போக...

"தீரன்...." என்று மெல்லிய குரலில் அழைத்தபடி ஆதரவாக தோள் சாய்ந்தாள்.

"தீப்தி... அனாமிகா இனிமேல் உன்னோட பொறுப்பு சரியா" என்றதும்

"இது என்னங்க கேள்வி கண்டிப்பாக அனாமிகா என்னோடு பொறுப்பு" என்று சொல்லிவிட்டு உறங்க எத்தனிக்கும் போது.

"குட் நைட்" என்றபடி விளக்கை அணைத்துவிட்டு இருவரும் மெத்தையில் உறங்கினர். இப்படிப்பட்ட புரிதலான வாழ்க்கை அமைந்ததை நினைத்து தீப்தி பெருமிதம் கொண்டாள். மறுநாள் பொழுது விடிந்ததும் விடியாததுமாக அனாமிகா
தீப்தியிடம் வந்து "மாம் திஸ் இஸ் டூ மச்" என்று கத்த...

"என்ன செல்லம் நான் என்ன பண்ணேன் " என்றதும்.

"பின்ன நீங்க மட்டும் அலங்காரம் பண்ண ரூம்ல நான் மட்டும் பாட்டி ரூம்லயா...இவ்வளவு அழகா டெக்ரேட் பண்ணியிருக்க ரூம்ல நானும் தூங்கியிருப்பேன்ல" என்றது குழந்தை மழலை மொழியில் அதுவும் கோபமாக.

"ஹாஹா...." என்று வாய்விட்டு சிரித்தான் நம் தீரன்.

"என்னங்க சிரிப்பு குழந்தை கேக்குதுல பதில் சொல்லுங்கள்" என்றாள் தீப்தி.

"செல்லம் அதெல்லாம் உனக்கு புரியாதுடா அதெல்லாம் உன்கிட்ட சொல்ற வயசும் இல்லை அது புரிஞ்சிக்கிற வயசும் இல்லை. நீ போய் வேலையை பாரு" என்று அனுப்பி வைக்க..

அவனை ஏறெடுத்து பார்த்தவள் அவனிடம் ஏதோ சொல்ல எத்தனித்தாள்.

தீப்தி

"உங்கள் கிட்ட...." என்று ஆரம்பிக்கும் போதே..

"ஆங் தீப்தி ஐ ஆவ் டு கோ..பை" என்று மருத்துவமனைக்கு கிளம்பினான்.

"என்னங்க உங்கள் கிட்ட ஒன்று சொல்லணும்" என்று சொன்னவுடன்

"ஐயோ அதெல்லாம் அப்றம் பேசிக்கலாம் பை" என்று கிளம்பினான். திருமணத்திற்கு வந்த உறவினர்களுடன் சற்று நேரம் உரையாடிவிட்டு அவர்களை சென்னைக்கு அனுப்பி வைக்கும் ஏற்பாட்டினை செய்துகொண்டிருந்தாள்.

திவ்யா அவளருகே வந்து "தீப்தி இங்கே பாரு டா நம்ப வீட்டில் இருந்த மாதிரி எல்லாம் இங்கே இருக்கமுடியாது. இது உன்னோட புகுந்த வீடு. இனி இது தான் உன் உலகம். இங்கே பாரு இனி நீ வேலைக்கு எல்லாம் போகவேண்டாம். அனாமிகாவை அப்றம் ரேவதி ஆன்டியை கவனமாக பார்த்துகிட்டு வீட்டில் சந்தோஷமா இரு. இனி தீரனும் நீயும் ஒருத்தருக்கொருத்தர் புரிஞ்சிக்கிட்டு சந்தோஷமா இருக்கணும் என்ன நான் சொல்றது புரியுதா" என்று கேட்க...

"புரியுது கா...சொல்லப்போனால் இந்த லைப் தான் நானும் விரும்புறேன். ஐயம் ஹாப்பி வித் வாட் ஐ ஆவ்" என்று பக்குவமடைந்தவளாய் சொல்ல தன் தங்கையை நினைத்து பெருமிதம் கொண்டு

"சரி டி நாங்க கிளம்புறோம் ரயிலுக்கு நேரம் ஆகுது" என்று புறப்பட்டனர். பிரகாஷ் அவன் பங்கிற்கு...

"தீப்தி...அதை விட முக்கியமான விஷயம் அடுத்த வருஷம் ஒரு குட்டி தீரனை பெத்துடணும் சரியா" என்றதும்.

"அட போங்க பிரகாஷ் மாமா" என்று சிணுங்கியவள் "பை" என்று அனுப்பி வைத்தாள்.

மருத்துவமனை சென்றதும் தீரன் ஓபி பேஷண்ட்
அனைவரையும் பார்த்துகொண்டிருக்க...

"சிஸ்டர் அனிதா அந்த இன்ஜக்ஷன் எடுத்துட்டு வாங்க"
என்று அழைக்க அங்கு வேறொரு சிஸ்டர் வந்து நிற்க..

"அனிதா ட்யூட்டி ஆச்சே இந்த நேரம் ஏன் அனிதா
வரலையா" என்று வினவினான்.

"சார் அது வந்து"...என்று தயங்க..அங்கிருந்த நோயாளி
சென்றவுடன் விவரத்தை சொன்னாள்.

"சார் அனிதா இனிமேல் வேலைக்கு வரமாட்டேனு
சொல்லிட்டா" என்றதும் திகைத்து நின்றவன்.

'அவளிருக்கும் குடும்ப கஷ்டத்திற்கு இந்த வேலை
அவளுக்கு மிகப்பெரிய உதவியாச்சே பின்பு ஏன்
வேலையை விட்டுட்டா' என்று யோசித்தவன் பணி
முடிந்ததும் அவள் வீட்டை தேடி சென்றான்.

அங்கு வீட்டில் யாருமில்லை இவள் மட்டும் அழுதவாறு
ஓரமாய் அமர்ந்திருந்தாள். இவனை கண்டதும் ஓடிவந்து
கட்டிக்கொண்டவள்.

"ஏன் எனக்கு இப்படி த்ரோகம் பண்ணிங்க . நான்
காதலிக்கிறேனு தெரிஞ்சும் நீங்க எப்படி கல்யாணம்
வேறொருத்தியை பண்ணிட்டிங்க" என்று கதறியவள் அவள்
கண்ணீரால் அவனது ஷர்ட்டை
நனைத்துக்கொண்டிருந்தாள்.

"அனி ....ப்ளீஸ் புரிஞ்சிக்க" என்று அவளை விலக்கியபடி கூற.

"என்ன புரிச்சிக்கணும்" என்று மேலும் அனிதா கேட்க..

"முட்டாளா டி நீ. யாரு யாருக்கு த்ரோகம் பண்ணாங்க. நான்
என்ன உன்னை காதலிக்கிறேனு சொன்னேனா என்றாவது?

தீப்தி

நீ தானே என் பின்னாடி திரிஞ்ச. அதுவும் எவ்வளவு பொறுமையா எடுத்து சொல்லியிருக்கேன். உனக்கு வந்தது வெறும் ஈர்ப்பு தான் என்று. அப்படி இருந்தும் நீ இப்படி நடந்துக்கிட்டா என்னடி அர்த்தம். ஆர் யூ மேட் ஆர் வாட்" என்று சற்று அதிகார தொனியில் சொல்ல...

அதை காதில் வாங்கியவள் "சாரி சாரி சாரி...." என்று கத்த ..

"ஓய் கத்தாத...ஆமாம் உங்கள் தாத்தா அத்தை எங்கே" என்றதும் அவர்கள் இருவரும் வெளியே போயிருக்காங்க என்றதும்...

"சரி முதல்ல கண்ணை துடை இப்படி இருந்தால் தப்பா நினைப்பாங்க. இங்கே பாரு" என்றதும் அவள் திரும்பிக்கொள்ள ..

"ஓய் உன்னை தான் " என்று அவளை உலுக்கியவன்.

"இங்கே பார் நான் உனக்கு ஒரு நல்ல வெல் விஷ்ஷரா லைப்லாங் இருப்பேன். நான் தீப்தியை கல்யாணம் பண்ணது வீட்டில் பெரியவங்க முறைப்படி செய்து வச்ச கல்யாணம் புரியுதா. இதுல யாரும் யாரையும் ஏமாத்தல...டு..யு..அண்டர்ஸ்டண்டு" என்றதும்...

"ம்ம்ம்.... சரி " என்று பதிலளிக்க..

"சார் ஆனால் உங்களை மறக்க நான் என்ன பண்ணணும்" என்று கேட்க...

"ஹாஹா என்னை நினைக்காமல் இருந்தாலே போதும்" என்று சிரித்தவாறே சொல்ல...

"அப்படினா மறக்க தேவையில்லையோ", என்றதும்.

"உன்னை பொறுத்தவரை உனக்கு இது முதல் காதல் ஸோ நீயே நினைச்சாலும் மறக்க முடியாது. ஸோ அட்லீஸ்ட் நினைக்காமல் இரு" என்றதும் தலையசைத்தவள்.

"சார் நான் நாளைல இருந்து வேலைக்கு வரட்டுமா வேண்டாமா" என்று கேட்டதும்.

"இங்கபாரு பர்ஸனல் வேற செய்ற தொழில் வேற...உன் மனசுல எந்த சங்கடமும் இல்லைனா தாராளமாக வா" என்றான் தீரன் .

"அப்போ நான் நாளைல இருந்து வரேன்" என்று புன்னகையித்தாள்.

இனிதே இந்த கண்மூடித்தனமான காதல் பிரச்சனைக்கு தீர்வு கிடைத்ததற்கு பெருமூச்சு விட்டு விடைப்பெற்றான்.

தொடரும்

அத்தியாயம் 12

இரவு பணி முடிந்ததும் வீடு திரும்பியவன் இன்னும் சாப்பிடாமல் உறங்காமல் காத்துகிடக்கும் தீப்தியை கண்டதும்...

"தீப்தி மணி பத்தாகுது இன்னும் நீ தூங்கலையா" என்று வினவியதும்.

"அது எப்படிங்க நீங்க வராமல். ஆமாம் ஏன் இவ்வளவு லேட் தீரன்" என்று கேட்க..

"நான் என்ன ஸ்கூல் டீச்சரா தீப்தி ஐந்து மணிக்கெல்லாம் வீட்டுக்கு வருவதற்கு. நான் டாக்டர் மா..கன்சல்டிங் நிறைய இருக்கும். ப்ளஸ் இன்னைக்கு இரண்டு மூன்று சர்ஜரி வேற அதான்" என்றுரைக்க

"சரி குளிச்சிட்டு வாங்க சாப்பிடலாம்" என்று புன்னகையித்தபடி அவனுடன் அறைக்குள் நுழைந்தாள். அவனுடைய பனியன் டவல் எல்லாவற்றையும் எடுத்து குளியலறை ஹேங்கரில் மாட்டியவள்...அங்கு படுத்துறங்கிக்கொண்டிருக்கும் அனாமிகாவுக்கு போர்வையை போர்த்திவிட்டு மெத்தையில் அமர்ந்திருக்க...

சற்று நேரத்தில் குளியலறையிலிருந்து வெளியே வந்து தனது ட்ராக் பேண்ட் மற்றும் டீஷர்ட் அணிந்துக்கொண்டு "கமான் தீப்தி வா சாப்பிடலாம்" என்று அவளை திரும்பி பார்க்காமல் உரைக்க..

அவளோ "என்னங்க ப்ளீஸ் திரும்பிடாதிங்க நான் ட்ரஸ் மாத்திட்டு இருக்கேன்" என்றுரைக்க அவனோ

"ஓகே..ஓகே...சாரி" என்றபடி நின்ற இடத்திலேயே இருந்தப்படி திரும்பாமலே இருந்தான். கணவனாக

இருந்தாலும் மனைவியிடம் கண்ணியத்தை
காத்துக்கொண்டு இருந்தான். அவளும் உடையை
மாற்றிவிட்டு..

"ஆக்சுவலி நீங்க குளிச்சிட்டு வரதுக்குள்ள நான் நைட்டி
மாட்டிடணும் நினைச்சன் அதுக்குள்ள நீங்க வந்துட்டிங்க
சாரிங்க" என்றதும் அவனோ புன்முறுவலுடன்

"இட்ஸ் ஓகே தீப்தி.. வா டைனிங் ஹால் போகலாம்" என்று
சொல்லியபடி அறையை விட்டு வெளியேறினான்.

உணவு மேஜையில் வைத்திருக்கும் பதார்த்தங்களை
ஒவ்வொன்றாக அவன் தட்டில் வைத்து பறிமாறியவள்
தானும் உண்ண அமர்ந்தாள்.

"தீரன்...சப்பாத்தி எப்படி இருக்கு. இன்று நான் தான்
பண்ணேன்" என்றதும்.

"சூப்பர் தீப்தி, சாப்பிடும்போதே ஏதோ ஒருவித வித்தியாசம்
தெரிஞ்சது நீதான் பண்ணியிருப்பனு புரிஞ்சிக்கிட்டேன்.
எங்கள் அம்மா பண்றது இவ்வளவு மிருதுவாக
வராது"என்றதும் அவளுக்கு உச்சி குளிர்ந்தது.

சாப்பிட்டு விட்டு இருவரும் அறையினுள் சென்று அனாமிகா
அருகில் படுத்துக்கொண்டனர். இருவருடைய கரங்களும்
அனாமிகாவின் மீது இருந்தது. இவ்வளவு நாள் தந்தையுடன்
மட்டும் உறங்கியவளுக்கு இன்று தாயுடன் உறங்கும்
பாக்கியமும் கிடைத்துவிட்டது.

இன்னும் உறக்கம் வரவில்லை போலும். தன்னுடைய
கைப்பேசி எடுத்து பார்த்தவாறு இருந்தாள் தீப்தி.

"என்ன தீப்தி தூக்கம் வரலையா"என்று அவன் வினவ..

தீப்தி

"தீரன் எனக்கு எப்பவுமே பன்னிரெண்டு மணிக்கு தான் வரும். முன்பெல்லாம் ஆபிஸ் வொர்க் பார்த்துட்டு லேட் நைட் தூங்குவேன் ஸோ அந்த பழக்கம் தான்" என்றதும்.

"ஹாஹா சரி சரி பட் ரொம்ப நேரம் மொபைல் பார்த்த ஹெல்த் ஸ்பாயில் ஆயிடும் அதனால தான் சொன்னேன்"என்றதும்.

"பரவாயில்லை தீரன் என்மேல உள்ள அக்கறைல தானே சொல்றீங்க" என்று மொபைல் எடுத்து ஓரம் வைத்துவிட்டு...

"உங்களுக்கு தூக்கம் வரலையா" என்று அவனை நோக்கி வினவ..

"வருது பட் நீ தூங்குற வரைக்கும் உனக்கு கம்பெனி தரலாம்னு இருக்கேன். ஓகே எதாவது பேசுவோம் ஆனால் இங்கே வேணாம் பால்கனி போலாம் வா" என்று இருவரும் பால்கனியில் நின்றபடி சிறிது நேரம் அலவளாவிக்கொண்டிருக்க...

"என்னங்க வேணி பற்றி நீங்க எதுவுமே சொன்னது இல்லை சொல்லுங்கள் கேட்போம்" என்க..

"வேணி பற்றி சொல்ல ஆரம்பிச்சா நீ செம்ம பொஸஸிவ் ஆயிடுவ" என்று புன்னகையிக்க..

"பரவாயில்லை சொல்லுங்கள்" என்றதும்.

"வேணி, என் லைப்ல எனக்கு கிடைச்ச கிப்ட் . சொல்லப்போனால் நாங்கள் இரண்டு பேரும் க்ளோஸ் ப்ரண்ட்ஸ் மாதிரி. எங்களுக்குள் பகிர்தல் அதிகமாக இருக்கும். ஒலிவு மறைவுன்னு எதுவுமே கிடையாது. அதுமட்டுமின்றி தினமும் எனக்கு டிபன் ஊட்டி விடுறதே அவதான். ரொம்ப பாசமாக இருப்பாள். அவள் இல்வாதது எனக்கு கை உடைந்த மாதிரி தான் இருக்கிறது" என்று சொல்ல....

"தீரன்....." என்று மெல்லிய குரலில் அழைக்க அவனோ அவனுடைய புருவத்தை உயர்த்தி என்னவென்று கேட்க அவளோ அவன் தோளில் சாய்ந்தபடி

"வேணியோட இடத்தை என்னால நிரப்பமுடியுமா தெரியாது ஆனால் நிச்சயம் உங்களுக்கு ஒரு நல்ல மனைவியா இருப்பேன். " என்றதும் அவள் தலையை வருடியபடி

"தீப்தி, வேணி மாதிரி நீ இருக்கணும்ணு நான் சொல்ல வரவில்லை. உனக்குணு ஒரு தனித்துவமான விஷயம் இருக்கும் அதன்படி நீ இருந்தாலே போதும்" என்றுரைக்க..

"ஏங்க உங்கள் கிட்ட ஒரு விஷயம் சொல்லணும்" என்று ஆரம்பிக்க..

"என்ன" என்று அவன் கேட்க

"ஐ...லவ் யூ தீரன்" என்றதும் அவனால் அதை நம்ப முடியவில்லை... முதன்முதலில் அவள் காதலை வெளிப்படுத்திய தருணம் அது.

"தீப்தி, என்ன இப்படியெல்லாம் அசத்துர.." என்று சிரிக்க.

"ஏன் ? என் காதலை உங்கள் கிட்ட சொல்லக்கூடாதா"என்று கேட்க ...

"ஹாஹா சொல்லலாமே ஆனால் இவ்வளவு சீக்கிரம் சொல்லுவணு நான் எதிர்பார்க்கவில்லை" என்றதும்.

"சரி அதுபோகட்டும் உங்கள் பதில் தான் என்ன" என்று கேட்க..

"நீ சொன்னவுடனே மீடு லவ் யூ என்று சொல்லிவிட்டால் அதில் என்ன சுவாரசியம்? நான் சொல்வதற்கான நேரம்

தீப்தி

வரும்போது சொல்லிக்கொள்கிறேன்" என்றான் தீரன் தன்னுடைய வசிகரமான புன்னகையை சிந்தியபடி.

சற்று நேரத்தில் அவளுக்கு கொட்டாவியும் வந்துவிட்டது. "மேடம்க்கு தூக்கம் வந்துடுச்சு வாங்க மேடம் தூங்கலாம்" என்றழைக்க அவளும் சிரித்தவாறே மெத்தையில் படுக்க..

பொழுது விடியும் வரை நல்ல உறக்கம் தான். இப்படியே நாட்கள் நகர்ந்துகொண்டே இருக்க.. திவ்யாவிற்கு அங்கு சென்னையில் பிரசவவலி ஏற்பட்டது. உடனே அவளை மருத்துவமனையில் அனுமதித்த பிரகாஷ் விஷயத்தை தீப்தியிடம் போனில் தெரிவிக்க...

"மாமா டோன்ட் வொரி நான் உடனே ப்ளைட் பிடிச்சு வந்திடுறேன்" என்று போனை வைத்துவிட்டு விஷயத்தை தீரனிடமும் தெரிவித்து அவள் செல்வதற்கு எல்லா ஏற்பாடுகளும் செய்ய..

"மாம் நீங்க எப்போது வருவீங்க" என்று அனாமிகா கேட்க..

"செல்லம் அம்மா வந்திடுவேன்டா நீ சமத்தா அப்பா பாட்டி சொல்றது கேட்டு நடந்துக்க சரியா" என்றதும் அவளும் தலையசைக்க அவளை ஏர்போர்டில் விட்டுவிட காரில் அழைத்து சென்றான்.

"தீப்தி பத்ரம் பை" என்றதும்

"பைங்க " என்று சொன்ன அடுத்த நொடி அவன் கன்னத்தில் முத்தமிட்டாள்.

"ஓய் இந்த அளவு டெவலப் ஆயிட்டியா நீ" என்று அவளை கிண்டலடிக்க அவளோ வெட்கத்தில் தலை குனிய..

"சரி சரி போய்ட்டு வா. திவ்யாவை பிரகாஷை கேட்டதாக சொல்லு" என்றதும்.

"கண்டிப்பாங்க நீங்களும் அனாமிகாவை பத்ரமா பார்த்துக்கங்க" என்று ஏர்போர்ட் உள்ளே நுழைந்தாள்.

கணவன் மனைவியாக ஆனதிலிருந்து இதுவே அவர்களின் முதல் பிரிவு. இந்த பிரிவு இவர்களின் காதலை இன்னும் ஆழமாக்குமா பொறுத்திருந்து பார்ப்போம்

Episode 13

தீப்தி சென்னை வந்து சேர்ந்தவுடன் மருத்துவமனையில் பிரசவம் அடைந்த தன் தமக்கையை பார்க்க விரைந்தாள். அங்கு அவளருகே தொட்டிலில் சிரித்தவாறு திராட்சை பழ கண்களுடன் பார்க்க அழகாக இருந்தான் அந்த ஆண் குழந்தை.

"ஹேய் அக்கா நம்ப செல்லக்குட்டி எவ்வளவு க்யூட்டா இருக்கான் பாரேன்"என்றதும் அவள் மகிழ்ச்சி அடைவதை பார்த்த திவ்யாவும் மகிழ்ச்சி அடைய உடனே அங்கிருந்த பிரகாஷ் தீப்தியிற்கு லட்டு ஊட்டி விட..

"அட போதும் மாமா..முதல்ல நீங்களும் அக்காவும் தான் சாப்பிடனும்" என்றதும்.

"அக்கா நானும் அப்பவே சக்கரை தண்ணி சாப்பிட்டோம்"என்றதும்.

"என்னமோ மாமா இந்த சந்தோஷத்துக்கு அளவே இல்லை" என்று ஆனந்தத்தில் மிதக்க..சென்னையில் அவளுடைய நாட்கள் குழந்தையுடனும் திவ்யாவை கவனிப்பதிலுமே கழிந்தது. இதனால் சற்று தீரனுக்கும் தீப்தியிற்கும் இடையே உள்ள உரையாடலும் குறைந்தது. தீரனுக்கும் மருத்துவமனையில் வேலை அதிகம் என்பதால் அவன் அதை பெரியதாக எடுத்துக்கொள்ளவில்லை...

ஆனால் ரேவதிரிற்கு தான் சற்று கவலை ஏனெனில் திருமணம் முடிந்து சிறிது நாட்களே ஆன இருவரும் பிரிந்து இருப்பது சரியல்லவே. காரணம் நல்லதாவே இருந்தாலும்

தீப்தி

இத்தனை நாள் எல்லாம் இப்படி விலகி இருப்பது அவர்களது அன்னோன்யத்தை கெடுத்து விடும் என்று எண்ணியவர் .

"டேய் தீரா எங்க டா தீப்தி ஒருவாரம் ஆகியும் இன்னும் வரலை" என்றதும் அவரை நிமிர்ந்து பார்த்தவன்.

"மாம் அவள் அவளோட அக்காவோட பிரசவத்திற்கு ஒத்தாசையாக இருக்க போயிருக்கா...குழந்தை பச்சை குழந்தை அதை பார்த்துக்கவும் ஆளு வேணும்..." என்று காரணம் சொல்ல..

"அதான் திவ்யா மாமியார் இருக்காங்களே" என்றதும்..

"இருக்கட்டும். தீப்தி திவ்யாவோட உடன் பிறந்த சகோதரி ,என்னதான் மாமியார் இருந்தாலும் தங்கை இருக்கிற சுகம் வருமா சொல்லுங்கள்" என்று தீப்தியிற்கு பரிந்து பேசினாலும் தீப்தி இல்லாத கவலை அவனுக்கும் முளைக்க ஆரம்பித்தது.

தீப்தியிடம் போனில் பேசவும் அவனுக்கு நேரமில்லாமல் போனதால் குறுஞ்செய்தி மூலம் அவளை நலம் விசாரித்தான்.

"தீப்தி அவ் ஆர் யூ. ஹோப் எவ்ரீத்திங் கோயிங் குட்" என்று அனுப்பி வைக்க அதற்கு பதில் வருமோ என்று காத்துக்கிடந்தான் ஆனால் ஏமாற்றம் தான் தழுவியது. அவளிடமிருந்து பதில் ஏதும் இல்லை...

'சரி உறங்கிவிட்டாளோ என்னவோ' என்று நினைத்துவிட்டு உறங்கினான். அவளோ எல்லா வேலையையும் முடித்துவிட்டு தன் கைப்பேசி எடுத்து பார்க்க அதில் அவன் அனுப்பிய குறுச்செய்தி இருந்தது.

அதைக்கண்டதும் அவள் முகத்தில் சிரிப்பு மலர்ந்தது. "என்னங்க நான் நல்லாருக்கேன். நீங்க எப்படி இருக்கீங்க" என்று கேட்டு அனுப்பி வைக்க...

அதை மறுநாள் கவனிக்கவில்லை. மீண்டும் வழக்கப்படி வேலையில் மூழ்கினான்.
"சார் அந்த பேஷண்ட் டிஸ்சார்ஜ் சம்மரி கொஞ்சம் சைன் பண்ணிடுங்க" என்று அனிதா தன் நர்ஸ் சீறுடையில் வந்து நிற்க...

"வா...அனிதா ஆர் யூ ஆல்ரைட்"

"சார் எனக்கு வேலை இருக்கு சீக்கிரம் சைன் பண்ணுங்க" என்று அழுத்தம் திருத்தமாக சொல்ல இவனால் நம்ப முடியவில்லை . இத்தனை நாள் வரை தன்னை காதல் பார்வையில் பார்த்தவளோ இன்று வேலையாள் போல் பேசுகிறாள். நிச்சயம் இது நல்ல மாற்றமே என்று நினைத்துக்கொண்டான்.

ஆனால் உள்ளே வலிகளை சுமந்தவாறு தன்னை செதுக்கி கொண்ட அனிதாவிற்கு வருத்தம் தான் மனதளவில் ஆனால் எதையும் காட்டிக்கொள்ளவில்லை...

இன்னொருவள் கணவனை மனதளவில் நினைப்பதும் தவறு என்று அவளுக்கு நன்றாகவே தெரியும். அவன் கையெழுத்து இட்ட சம்மரியை எடுத்துக்கொண்டு நகர்ந்தாள்.

நாட்கள் இப்படியே நகர்ந்தது.

சரியாக சொல்லவேண்டும் என்றால் அவள் அங்கு போய் இருபது நாட்கள் மேலாகிவிட்டது. தற்செயலாக அன்று அவளுடைய எண்ணிற்கு டயல் செய்துவிட...

"ஹலோ..." என்று அவள் சொன்னவுடன் தான் வேறு யாருக்கோ போக வேண்டிய அழைப்பு அவளுக்கு சென்றுவிட்டது என உணர்ந்தான்.

"ஹாய்....தீப்தி" என்றதும்.

தீப்தி

"என்னங்க எப்படி இருக்கீங்க" என்று கேள்வியை முன்வைக்க..

"தீப்தி ஐயம் ஓகே... லெட் மீ கால் யு லேட்டர்" என்று துண்டித்துவிட்டான். ஆனால் அவனுடைய அவசரமோ அவனுக்கு. ஒரு சிகிச்சை பற்றி மற்ற டாக்டரிடம் ஆலோசனை கேற்கவே டயல் செய்து அது அவளுக்கு போயிற்று.

மீண்டும் சரியான நபருக்கு அழைப்பு விடுத்து தன் உரையாடலை துவங்கினான். ஆனால் இவளோ..

'ச்ச இவ்வளவு நாள் கழிச்சு கால் பண்ணியும் நம்ப கிட்ட சரியாக பேசவேயில்லை..நம்ப என்ன தப்பு பண்ணோம்' என்று மனதுக்குள் நொந்துக்கொண்டாள் பெண்ணவள்.

இருவருக்கும் இடையே பெரியதாக ஒன்றும் பிரச்சனை இல்லை இருப்பினும் இதுவே அவர்களுக்குள் ஓர் கலக்கத்தை ஏற்படுத்திவிடுமோ என்பது தான் கவலை. ஆம் சிலநேரங்களில் நாம் நினைத்து பார்த்திருக்கவே மாட்டோம் ஆனால் காரணமின்றி திடிரென ஒரு பிரச்சனை முளைத்து விடும் அதை சரி செய்வதற்குள் போதும் என ஆகிவிடும்.

அன்று திவ்யா தீப்தியிடம்...
"தீப்தி, நீ அவருக்கு போன் ஆச்சும் பண்றீயா இல்லையா" என்று கேட்க

"ம்ம்ம் எங்கே நீவேற... அவரு வேலை வேலைனு பிஸியாக இருக்காரு" என்று சலிப்புடன் சொல்ல..

"அட ஆம்பளைங்க அப்படித்தான் தீப்தி அதுவும் உன் புருஷன் டாக்டர் சொல்லவா வேணும். அதுக்காக நீயும் சும்மாவே இருந்தீனா எப்படி நைட்டாச்சும் கால் பண்ணி பேசு" என்றதும்.

"எல்லாம் பேசிக்கலாம் விடுக்கா" என்று தூங்க சென்றால்.
திருமணம் முன்பு எந்த அறையில் உறங்குவாளோ அந்த
அறையில் ஆம் பல இரவுகள் கழித்த ஞாபங்கள் அந்த
அறையில் ஏராளம். லேப்டாபில் வேலை செய்துக்கொண்டே
பல நேரம் உறங்காமல் இருந்ததும் உண்டு.

இன்று அவள் அறையில் நிம்மதியான நித்திரை. எதுவும்
அவள் மூளைக்கு எட்டவில்லை தூக்கத்தை தவிர. தன்
போனை மேஜையில் வைத்துவிட்டு கண்ணயர்ந்தாள்.
மறுநாள் காலைபொழுது விடிந்ததும் எழுந்தவள்.

தலையை தூக்கி கொண்டை போட்டுவிட்டு கோலம் போட
வெளியே வர அங்கு ஏற்கனவே மீனாட்சி
போட்டுக்கொண்டு இருக்க...

"ஆன்டி குடுங்க நான் போடுறன்" என்றதும்.

"நீ எத்தனை நாள் போடபாபோற திரும்பி மும்பைக்கு போய்
தானே ஆகணும்" என்றதும்..

'ஆமாம் ல தனக்கு சொந்தமானது எல்லாம் அங்கே தானே
உள்ளது என்றிருந்தாலும் அது தானே நம் வீடு' என்று
நினைவுக்கூர்ந்தவள்.

'ரேவதி அத்தை வேற என்னை தேடுவாங்க பேசாமல்
நைட்டே ப்ளைட் பிடிச்சு போயிடலாம்' என்று முடிவுக்கு
வந்தாள். இதை பிரகாஷிடம் தெரிவிக்க..

"வந்தது வந்துட்ட இன்னும் இரண்டு நாளில் குழந்தையை
தொட்டிலில் போடப்போறோம். இருந்து பாத்துட்டு போ"
என்றதும் மறுப்பு பேசாமல் இருந்துவிட்டாள்.

தொடரும்

அத்தியாயம் 14

குழந்தையை தொட்டிலில் போடும் நிகழ்ச்சிக்காக தன்னுடைய அக்கா மற்றும் மாமாவுடன் கடைவீதிகளுக்கு சென்று வந்தாள். குழந்தை மற்றும் பெரியவர்கள் அனைவருக்கும் துணிமணிகள் வாங்கிக்கொண்டு பிறகு குழந்தைக்கு அரைஞாண் கயிறு ,கழுத்திற்கு செயின் ஆகியவற்றை வாங்கினர்.

"இது சித்தியோட கிப்ட்." என்றபடி அவள் செலவில் குழந்தைக்கு ஒரு செட் ட்ரஸ் எடுக்க அது திவ்யாவுக்கும் பிரகாஷிற்கும் பிடித்துபோனது.

"வாவ் செம்ம டி தீப்தி. என் குழந்தைக்கு என்னால கூட இவ்வளவு பெர்பஃக்டா எடுக்க முடியல ஆனால் நீ அவ்வளவு அழகா எடுத்துருக்க" என்று மெச்சியதும் அவளுக்கே ஒருவித பெருமிதம் ஏற்பட்டது. அவளறியாமலே ஆண் குழந்தை மீதான ஆர்வம் ஏற்பட்டது. தனக்கும் இதேப்போன்று ஒரு ஆண்பிள்ளை பிறந்தால் எப்படி இருக்கும் என எண்ணிப்பார்க்க

'ம்ம்ம் நம்ம தான் இன்னும் அதற்கான வேலையை பண்ணலையே' என்று மனதிற்குள் நொந்துக்கொண்டாள். ஆனால் அனாமிகாவிடம் பழகும்போதே தீப்தியிற்கு அந்த தாய்மையை உணரமுடிந்தது. எனினும் தனக்கென ஒரு பிள்ளை வேண்டும் என எண்ணுவது சரிதானே ?.

இப்படி வேலைகள் ஒருபுறம் நடக்க விசேஷத்திற்கு உறவினர்களை அழைக்கும் படலமும் ஆரம்பம் ஆனது. இரண்டு நாளில் விசேஷமும் துவங்கியது.

"ருத்வா...ருத்வா....ருத்வா" என்று மூன்றுமுறை திவ்யா குழந்தையின் காதுகளில் அழைக்க அதுவே அவனுடைய பெயரானது.

"இந்த பெயர் ரொம்ப பொருத்தமாக இருக்கு" என்று அனைவரும் பேசிக்கொண்டனர். எல்லோரும் சாப்பிட்டுக்கொண்டு இருக்கையில் தீப்தியிற்கு என்னவோ போல் இருந்தது.

தன் கணவன் விசேஷத்துக்கு வரவில்லை என்ற துயரம் அவளை வாட்டியது எனவே தனது அறைக்கதவை திறந்து மெத்தையில் அமர்ந்தாள். சிறிது நேரம் கழிய அவள் பின்னே வந்து யாரோ கண்களை மூடுவது போலிருந்தது.

"தீ...ரன்" என்று உச்சரிக்க அவனும் ஆம் என்று புன்னகையிக்க திரும்பி அவனை கண் எதிரே எதிர்நோக்கியவள்.

"தீரன். நீங்க எப்போ வந்தீங்க" என்று ஆர்வமாக கேட்க..

"நான் வந்து ஒருமணி நேரம் ஆகுது வெளியே நின்று மத்த ப்ரண்ட்ஸ் கிட்ட பேசிட்டு இருந்தேன். இப்பதான் உள்ளேயே வரேன். வந்து பார்த்தா நீ காணோம் அதான் ரூம்ல இருப்பேனு வந்தேன்." என்றதும்.

"அனாமிகாவை கூட்டிட்டு வரலையா" என்று அடுத்த கேள்வியை முன்வைக்க..

"இல்லை" என்று தலையசைத்தப்படி பின் நகர்ந்து அறையின் கதவை தாழிட்டான்.

இப்போது இந்த அறையில் இவர்கள் இருவர் தவிர யாரும் இல்லை தான் ஆனாலும் ஏனோ ஓர் தயக்கம் அவளிடம்.தயங்கியவாறே அவனை பார்த்துக்கொண்டிருந்தாள். இத்தனை நாள் கட்டுக்குள் வைத்திருந்த அன்பை எல்லாம் மொத்தமாக பொழிந்துவிடனும் போல இருந்தது அவனுக்கு. அவன் நெருங்கி வர வர அவளுக்கு படபடப்பு அதிகமானது.

தீப்தி

"தீ....ரன்.....என்று அவள் உச்சரித்தபடியே" அவனை பார்த்துக்கொண்டிருந்தாள்.

அவன் அவளருகே நெருங்கி வந்துவிட்டான் அவர்களுக்குள் இம்மியளவு தான் இடைவேளி அந்த இடைவேளியையும் நிரப்பியது காற்று. சரி காற்று சற்று நேரம் ஆசுவாசப்படுத்திக்கொள்ளட்டும் என்றபடி இருக்க...

இருவரது கண்களும் பேசிக்கொண்டன. இருவருக்கும் இடையே மௌனம் நிலவியது. ஆனால் சட்டென அவளே பேசத்துவங்கிவிட்டாள்.

"இன்னைக்கு உங்கள் கிட்ட ஏதோ மாற்றம் தெரியுதே" என்றதும்.

"ஏன் இருக்கக்கூடாதா" ? என்றான் புருவத்தை உயர்த்தியபடி.

"இருக்கலாம் ஆனால் இவ்வளவு சீக்கிரமே எப்படி"? என்றாள் அவள்.

"எல்லாம் காதல் செய்யும் வேலை தான் மை டியர்" என்று புன்னகையித்தான்.

"ஓ....அப்போ ஏதோ முடிவோட இருக்கீங்க போலவே" என்றாள்.

அவளின் நெற்றியில் அசைந்தாடும் கூந்தலை காதோரம் ஒதுக்கிவிட்டு.
"தீப்தி.... யு லுக் ஸோ க்யூட் இன் திஸ் ஸேரி" என்றான் ரசித்தபடி.

"ரியலி" என்று தன் திருத்திய புருவத்தை உயர்த்தினாள்.

"ம்ம்ம் " என்று உச்சிமுகர்ந்தவன் தீப்தி ஐ ரியலி லவ் யூ என்று அணைக்க வந்தபோது தான் திவ்யா கதவை தட்டினாள்.

"ப்ச்ச் ஏன் இப்போய் இந்த திவ்யா கதவை தட்டுறா" என்று அவள் சலிப்பு காட்டியதை தீரன் ரசித்தபடி கதவை திறந்தான்.

"திவ்யா என்ன விஷயம்" என்று தீரன் கேட்க...

"இல்லை தீப்தியும் நீங்களும் இன்னும் சாப்பிடவே இல்லை அதான். வாங்க சாப்பிடுவீங்க" என்று அழைக்க..முனவிக்கொண்டே தீப்தி எழுந்து வந்தாள்.

"டோன்ட் வொர்ரி நம்ப வாழ்றதுக்கு நிறைய வருடங்கள் இருக்கிறது. இன்றைக்கே எல்லாம் முடிந்து போகலை. ஆயுள் முழுவதும் நீ என் கூடத்தான் இருக்கப்போற " என்று தீப்தியின் காதுகளில் மட்டும் விழும்படி தீரன் சொல்ல...

"ஓகே..." என்றபடி தலையசைத்தாள். ஆனாலும் இந்த அருமையான தருணம் நழுவிப்போனதே என்ற ஏக்கம் அவள் மனதில் இருக்கத்தான் செய்தது. இருவரும் உணவு உட்கொள்ள சென்றனர். பிறகு விசேஷத்துக்கு வந்த அனைவரும் வீடு திரும்ப...

"அப்படியே நானும் கிளம்புறன். நாளைக்கு ஒரு முக்கியமான கான்பரன்ஸ் மீட்டிங் இருக்கு டாக்டர்ஸ் கூட" என்றான்.தீரன்.

"அ...அப்படினா அவருக்கூட நான்" என்று ஆரம்பிக்கும் போதே திவ்யா..

"ஹலோ மேடம் உனக்கு என்ன வேலை இருக்கு இன்னும் கொஞ்சம் நாள் இங்கேயே இரு " என்று கட்டளையிட தீரனின் முகத்தை பார்த்த தீப்தி...

"உங்கள் கூட நானும் வரலாம்னு நினைச்சன்" என்றதும்.

தீப்தி

"பரவாயில்லை இரு. அதுமட்டுமின்றி நான் எனக்கு மட்டும் தான் ரிட்டர்ன் டிக்கெட் எடுத்தன். நீ கொஞ்ச நாள் தங்கிட்டு வா" என்று சொல்லவே சம்மதித்தாள்.

அவனிடமிருந்து பதில் வந்ததும் சம்மதித்தவள். "சரி அட்லீஸ்ட் ஏர்போர்ட் வரைக்கும் வரவா" என்று கேட்க..

"திரும்பி நீ மட்டும் தனியாக வரணும் தீப்தி வேண்டாம் " என்றதும். அவளால் கண்ணீரை கட்டுப்படுத்த முடியயவில்லை...

"இல்லை ஏர்போர்ட் வரை நான் வருவேன்" என்று அடம்பிடிக்க அவளையும் அழைத்தவாறே ஏர்போர்ட் சென்றான் தீரன். அவன் உள்ளே நுழையும் தருவாயில்...

"தீரன்..." என்று அவன் கரங்களை பற்றியவள் ஏக்கமாக அவனையே பாராத்தாள்.

"தீப்தி... ரிலாக்ஸ் நீ உங்கள் அக்கா கூடதானே இருக்க. நீ அக்காவோட இன்னும் கொஞ்சம் நாள் இருந்துட்டு வா. ஐ..வில் பி வெயிட்டிங் ஃபார் யு" என்றதும்.

"அனாமிகா அப்றம் அத்தை என்னை தேடமாட்டாங்களா" என்று வினவ..

"அவங்க உன்னை தேடாமல் இருந்தால் தான் ஆச்சரியம்" என்று சிரிக்க..

"ஸோ நீங்க தேடவே மாட்டிங்க அப்படிதானே" என்றதும்.

"தேடாமல் தான் நான் இவ்வளவு தூரம் வந்தேனா...? அதுவும் நாளைக்கு முக்கியமான மீட்டிங் வச்சிக்கிட்டு" என்று புருவத்தை உயர்த்த.

"அப்போ என்ன மிஸ் பண்றீங்களா" என்று கேட்க..

"ஹாஹா இது வேற தனியா சொல்லணுமா" என்றதும்.

"ஹாஹா ஓகே...டேக் கேர்" என்று புன்னகையித்தபடி கூற..

"டேக் கேர்..." என்று விடைப்பெற்றான்.

தொடரும்.

அத்தியாயம் 15

தீப்தி வீட்டுக்குள் நுழைந்ததும் அவள் தோள்களை பற்றியபடி திவ்யா "தீப்தி உனக்கும் அவர்கூட போகணும்னு ஆசை இருந்துருக்கும் ஆனால் நான் தான் என்னோட ஆசைக்கு உன்னை இங்கே தங்க சொல்லிட்டேன் சாரி" என்றுரைக்க..

பரவாயில்லை விடுக்கா அதுவுமில்லாமல் ரகு கல்யாணம் வேற அடுத்த வாரம் அதையும் பார்த்துட்டு போறேன். இவ்வளவு தூரம் வந்துட்டு கல்யாணத்துல கலந்துக்கலனா எப்படிக்கா... என்று சாதாரணமாக பதில் கூறினாலும் தீரனை விட்டு விலகி இருக்கும் துயரம் தென்பட்டது.

எல்லோரும் திருமண வீட்டிற்கு இப்பவே சென்றுவிட்டனர். தொட்டில் பங்கஷன் களைப்பு போவதற்குள் கல்யாண வேலை வேறு. ராஜேந்திரனின் தம்பி மகனாயிற்றே இவர்களுக்கு வேலை இல்லாமலா இருக்கும்.

அன்று அவன் வீட்டு மொட்டைமாடியில் ரகு நின்றிருக்க துணி உலர்த்த வந்த நம் தீப்தி.. அவன் நின்றிருப்பதை கண்டவுடன் இரும்பி அவள் இருப்பதை உணர்த்தியவள் அவன் திரும்பியதும்.

"அட்வான்ஸ் திருமண வாழ்த்துக்கள்" என்றதும் நமட்டு சிரிப்பை உதிர்த்தவன்.

"நான் யார் கூட வாழணும்னு நினைச்சனோ அவங்களே எனக்கு வாழ்த்துக்கள் சொல்றாங்க" என்க.

"ரகு என்னால உன் மனசு எதாவது வருத்தப்பட்டிருந்தா சாரி. ஆக்சுவலி எனக்கு மிஸ்டர் தீரனை பிடிச்சிருந்தது அது சொல்லத்தெரியாமல் தான் உங்களை அவாய்ட் பண்ணேன்.

உங்கள் காதலை நான் தீரனை சந்திக்கிறதுக்கு முன்னாடியே சொல்லிட்டிங்க ஆனாலும் ஒரு கட்டத்தில் சரி உங்களை ஏத்துக்கலாமா வேணாமானு ஒரு யோசனை வரும்போது தான் மிஸ்டர் தீரனை பார்த்தேன். அவரோட மகளோட பாசம் எனக்கு தாய்மையை உணர வச்சிது. அதுகப்புறம் இது தான் லைப்னு மனசு ஏத்துகிடுச்சு" என்றதும்.

"அப்படித்தான் தீப்தி எனக்கும் ராதிகா வை ஏத்துக்கணும்னு தோணுச்சு" என்றதும்.

"நான் உங்களை நிராகரிச்சதும் ஒருவகையில் நல்லது தான்" என்க

"ஏன்"? என்றதும்.

"இல்லைனா ராதிகா மாதிரி ஒரு நல்ல பொண்ணு உங்களுக்கு கிடைச்சிருப்பாங்களா" என்று நகைக்க..

"கரெக்ட் தான் உனக்கும் தீரன் மாதிரி ஒருத்தர் "....என்று சொல்ல...

"ஸோ ஆகமொத்தம் எல்லா நிராகரிப்புக்கும் பின்னாடி ஒரு நல்லதும் நடக்குது" என்று இருவரும் சொல்லியவாரு சிரித்தனர்.

அவனுடைய திருமணம் சொல்லிய தேதியில் இனிதே நடைபெற்றது. ராதிகாவும் ரகுவும் இல்லற வாழ்வில் இணைந்தனர்.

"சரி நான் கிளம்புறன்" என்று திவ்யாவிடமிருந்து விடைப்பெற்று ரயில் ஏறினாள் தீப்தி. மும்பை எக்ஸ்பிரஸ் கிளம்பியது ப்ளாட்பாரத்திலிருந்து. அவளுடைய ஆசை கணவனை பார்க்க ஆயுத்தமானாள். ஆம் ஏதோ தனக்கென கிடைத்த ஒரு பொக்கிஷத்தை காண துடித்தது அவள் நெஞ்சம்.

தீப்தி

"என்னங்க ஜயம் கமிங் " என்று அழைப்பேசியில் சொன்னவுடனே..

"ஹாஹா.. வா வெயிட் பண்றேன் " என்றது அவன் குரல். அவளை அழைத்து செல்ல மறுநாள் மதியம் ரயில் வந்து நின்றதும் அவன் காருடன் நின்றுக்கொண்டு இருந்தான். அவனை கண்டவளோ என்னங்க மிஸ் யு ஸோ மச் என்றபடி அணைக்க...

"மேடம் இது பப்ளிக் ப்ளேஸ்" என்று அவளை விலக்கியவன். வா வண்டியில் ஏறு என புறப்பட்டனர். வீட்டு வாசலில் கார் வந்து நின்றதும் அனாமிகா ஓடி வந்து..

"அம்மா......எப்படி இருக்கீங்க" என்று ஓடிவர...

அவள் இதுவரை மாம் என்று அழைத்திருக்க முழுவதுமாய் அம்மா என்று உச்சரித்த அந்த நொடி அவளுடைய உணர்வை வெளிப்படுத்தியது. அம்மாவும் மகளும் பரஸ்பர அன்பை முத்த மழையாக வெளிப்படுத்திக்கொண்டிருந்தனர்.

"சரி சரி லஞ்சுக்கு வெளியே போறோம் ரெடியாகு" என்று ரேவதி குரல் தர..

"அத்தை...உங்கள் சமையலை ரொம்ப மிஸ் பண்றேன் ப்ளீஸ் நீங்களே சமைங்க " என்க..

"ஓய் இன்னைக்காச்சு என் அம்மா ரெஸ்ட் எடுக்கட்டும்" என்று தீரன் சொல்ல... எல்லோரும் சிரித்து விட்டனர். குடும்பத்தில் உள்ள அனைவரும் கிளம்பி ஹோட்டலுக்கு சென்றனர். அன்று மேஜை முழுக்க அவர்களுக்கு பிடித்த உணவுகளை ஆர்டர் செய்து அடுக்கி வைத்திருக்க அனைவரும் அதை சுவைத்தப்படி பேசிக்கொண்டிருக்க...திடீரென தீரனின் தட்டில் இருக்கும்

ரொட்டியின் ஒருபாதியை எடுத்து தன் தட்டில் தீப்தி வைக்க அதை கவனித்த தீரன் புன்னகையித்தபடி...

"என்ன தீப்தி.... ரொட்டி இப்ப ரொம்ப சுவையா இருக்குமே" என்றவுடன் வெட்கத்தில் தலை குனிந்தவள் மீண்டும் சாப்பிட துவங்க...

"சரி, ஆங் தீப்தி தீரன் இது லோனாவாலா போகுறதுக்கு பஸ் டிக்கெட் நாளைக்கு காலைல கிளம்பணும். உங்கள் ஹனிமூன் ட்ரிப் ஏற்பாடு இது" என்று தந்தை கூறியவுடன் ஏறெடுத்து பார்த்த தீரன்...

"அப்பா என்ன இதெல்லாம் சர்ப்ரைஸ்" என்று புருவங்கள் உயர்த்த..

"டேய் இதெல்லாம் எல்லார் லைப்லயும் நடக்கிறது டா இதுல என்ன சர்ப்ரைஸ்" என்க..

"நான் கூட போலாமா" என்று அனாமிகா வெகுளியாய் கேட்க...

"இல்லைடி செல்லம்...நம்ப எல்லாரும் வீட்டில் தான் இருக்கப்போறோம்." என்றதும் முகம் வாடியது. அதைக்கண்டதும் தீப்தி...

"அத்தை நாங்க எங்கேயும் போகல...வேண்டாம் பரவாயில்லை விடுங்க. குழந்தை ஏற்கனவே ஏங்கிபோயிருக்கா" என்றவுடன்.

"அட அவ குழந்தை மா இதெல்லாம் அவளுக்கு சொல்லி புரியவைக்கவா முடியும். நீங்க உங்கள் தனிப்பட்ட வாழ்க்கைக்கு கொஞ்சம் முக்கியத்துவம் குடுங்க. இரண்டு பேரும் சந்தோஷமா இருங்க மா. நான் சொல்றேன் நீங்க போய்ட்டு தான் வரணும்" என்றவுடன்.

தீப்தி

தலையை அசைத்தவள் ஒரு கணம் தீரனை பார்க்க அவனோ கண்ணசைவில் போகலாம் என்று சொல்ல...

"கண்டிப்பாக போய்ட்டு வரோம் அத்தை" என்றாள். உணவு முடித்துக்கொண்டு வீட்டுக்கு புறப்பட்டனர் குடும்பத்தினர். தீரன் காரை செலுத்த அருகே அவளை அமரும்படி கூற அனாமிகா ஓடிச்சென்று நானும் ப்ரண்ட் சீட்ல தான் உக்காருவேன் என்று அவள் மடியில் நாய்க்குட்டி போல அமர்ந்துகொண்டாள்.

காரை செலுத்தியவன் அவ்வப்போது அவள் முகத்தினை பார்த்தவாறு வர அவளுக்கோ அது அசவுகரியத்தை ஏற்படுத்தியது. ஏன் தன்னை அப்படி ரசிக்கும்படி பார்க்கிறார் என்ற வெட்கம் வேறு.

"சும்மா இருக்கியே கியர் போடலாம் ல" என்க..

"டேய் அவளை ஏண்டா கிண்டல் பண்ற" என்று பின் சீட்டில் இருக்கும் ரேவதி சொல்ல...

"மா, இந்த காலத்து பொண்ணுங்க எவ்வளவு சூப்பரா கார் ஓட்டுராங்க தெரியுமா . தீப்தியும் கத்துக்கனும் என்று ஆசை தான்" என்று சொல்லிவிட்டு அவளை நோக்க..

"நான் கண்டிப்பாக கார் கத்துக்குவேன் பட் நீங்க சொல்லித்தரனும்" என்றதும்.

"அவ்வளவு தானே கண்டிப்பாக சொல்லி தரேன்" என்று புன்னகையித்தான். பின்னால் அமர்ந்திருந்த தீரனின் அண்ணி...

"ஹலோ ஹலோ...என்ன கார் கத்துக்கிற சாக்குல ரொமான்ஸ் பண்ணலானா" என்று நக்கலடிக்க அனைவரும் கொல்லென சிரித்துவிட அவளுக்கு வெட்கம் தலைக்கேறியது. அதற்கு மேல் எதுவும் சொல்லாமல்

சிரிப்பை மட்டும் பதிலாக தந்துவிட்டு அமர்ந்திருக்க கார் வீட்டு வாசலில் நின்றது.

ஹனிமூன் செல்லும் கனவுகளுடன் அன்றைய நாள் அவளுக்கு இனிதே கடந்தது.

தொடரும்

அத்தியாயம் 16

மறுநாள் பொழுது விடிந்ததும் பையில் துணியை அடுக்கிக்கொண்டு தயாரானாள் தீப்தி. தீரனும் சட்டென கிளம்பிவிட அனைவரிடமும் இருந்து விடைப்பெற்று பஸ் ஏறினர். மும்பையிலிருந்து லோனாவாலா பஸ் கிளம்பியது.

ஜன்னல் ஓர சீட்டில் அமர்ந்திருந்தாள் தீப்தி அவள் பக்கத்தில் அவன். அவர்களுக்கு அது வித்தியாசமான பயணம் தான் அதுவும் திருமணம் ஆன புதிது என்பதால் அவர்களுக்குள் ஓர் எல்லையில்லா எதிர்பார்ப்பும் மகிழ்ச்சியும். அந்த மகிழ்ச்சியை முழுவதுமாக அனுபவித்தனர். எந்த ஒரு இடையூறு இல்லாமல் அவர்களது பயணம் அமைந்தது.

திவ்யாவிடமிருந்து "ஹாப்பி ஜர்னி" என்ற குறுஞ்செய்தி பார்த்தவுடன் உதட்டில் சிரிப்பு மலர அவளுக்கு பதில் அனுப்பி விட்டு அவன் பக்கம் திரும்ப அவனோ தன் மீசையை வருடியவாறு அவளுக்கு புன்முறுவல் அளிக்க....

"இட்ஸ் ஸோ ஹேப்பி டு பி வித் யு" என்றவுடன்.

"மீ டு" என்று பதிலளிக்க.... சற்று நேரம் இருவரும் சீட்டில் சாய்ந்தபடி ஓய்வு எடுத்தனர். தூக்கத்தில் அவள் அவன் தோள் மீது சாயவும் அவன் கண்விழிக்கவும் சரியாக இருந்தது.

அவள் அசதியில் உறங்க அவளை தொந்தரவு எதுவும் செய்யாமல் அப்படியே அவன் தோள் மீது சாய்த்தவாறு அணைத்துக்கொள்ள ஜன்னலோரம் வரும் சிலுசிலு காற்று லோனாவாலாவை நெருங்கிக்கொண்டிருக்கிறோம் என்பதை உணர்த்தியது .

'லோனாவாலா உங்களை அன்புடன் வரவேற்கிறது' என்று அம்புக்குறி போட்டு பதாகைகள் இருக்க...அதைக்கண்டதும் அவள் கன்னத்தை தட்டியேழுப்பி...

"தீப்தி கமான் ஊர் வந்துடுச்சு எழுந்திடு" என்று எழுப்பிவிட...

"ஓ...வந்துடுச்சா" என்றபடி கூந்தலை ஒதுக்கிக்கொண்டு தனது ஹேண்ட்பேக் மாட்டிக்கொண்டு இன்னொரு கையில் பையை பிடித்துக்கொண்டு இறங்க வரிசையில் நிற்க ஒவ்வொருத்தராக இறங்கினர்.

லோனாவாலா ஒரு மலைப்பகுதி. ஊட்டியின் குளிரும் அதன் அழகும் எப்படியோ அப்படியே லோனாவாலாவும். எங்குபார்ப்பினும் மலைகளின் நெளிவும் ,சாலையோர தேநீர் கடைகளும், கூந்தல் பறக்கும் அளவு ஜில்லென்று காற்றும் இருக்க ஒரு ரம்மியமான சூழ்நிலை அது. அதுவும் இப்படி ஹனிமூன் பயணம் வந்தவர்களுக்கு இது ஒரு நல்ல அனுபவமாய் இருக்கும்.

ஏற்கனவே பதிவு செய்த அறையை பார்த்து மேலாளரிடம் சாவியை பெற்றுக்கொண்டு மின்தூக்கியில் செல்ல இரண்டாம் மாடியை அடைந்தனர். அறையை திறந்ததும் சுத்தமான அந்த மெத்தை விரிப்பையும் அறையின் ஜன்னல் வழியே தெரியும் பறவைகளின் கூட்டமும் மனசுக்கு இதமாக இருந்தது.

"ஓகே...தீப்தி நீ ப்ரஷ்அப் ஆகிட்டு வா" என்று அவளை குளியலறைக்கு அனுப்பிவிட்டு அறையை சுற்றி ஒருமுறை நோட்டம் இட்டான். முற்றிலும் பாதுகாப்பான சூழல் தான் என்று புரிந்து கொண்டான்.

குளித்து முடித்து வெளியே டவலுடன் வந்தவள்..
"ஐயோ " என்றபடி மீண்டும் குளியலறை கதவு பின் நின்றவள்.

"என்னங்க நான் ட்ரெஸ் மாத்தனும் ப்ளீஸ் வெளியே போங்க" என்றதும் அவனால் சிரிப்பை அடக்கமுடியவில்லை.

"ஹலோ மேடம் இங்கே வாய்ப்பே இல்லை... என் முன்னாடி தான் எல்லா பண்ணியாகனும். ஏன்னா இன்னும் இரண்டு நாளைக்கு இந்த அறை தான் நம்ப உலகம்." என்றதும் வேறு வழியின்றி வெளியே அவள் டவலுடன் வர...தலைக்கு துணியும் கட்டியிருக்க..

வந்தவள் கண்ணாடி முன்பு தலைக்கு கட்டியிருந்த டவலை எடுத்து தலையை துவட்டியவாறு அவனை ஒரக்கண்ணால் பார்த்துக்கொண்டிருந்தாள். அவனும் எதையும் கவனிக்காதவனாய் நின்றிருக்க... தன் உடையை மாற்றம் செய்ய எத்தனிக்கும் போது திரும்பியிருந்தான்.

சரி அவன் திரும்புவதற்குள் உடையை மாற்றிவிடலாம் என்று எண்ணியவளுக்கோ ஏமாற்றம். சட்டென்று அவன் திரும்பி பார்த்துவிட...

"அ...அய்யோ" என்று அலரியபடி சிலைபோல் நிற்க. இன்று வாய்ப்பே இல்லை தடைகளின்றி எல்லாம் இனிதே அரங்கேறியது அவர்களுடைய தாம்பத்ய கச்சேரி.

சற்று நேரம் அவர்களையே மறந்தவர்களாக இருக்க நேரம் மாலை 6, எனக்காட்டியது கடிகாரத்தில்.

"தீப்தி.... கிளம்பு இன்னைக்கு ஈவ்னிங் போட்டிங் போயிட்டு வந்திடுவோம்" என்றதும் வேண்டாம் என தலையசைக்க..

"ஏன் விருப்பம் இல்லையா" என்க

"அப்படியில்லை முதன் முதலாக நம்ப தாம்பத்ய வாழ்க்கை ஆரம்பிச்சிருக்கோம் அதனால எதாவது ஒரு கோவில் போனால் நல்லா இருக்கும்" என்றவளை திரும்பி பார்த்தவன்.

"அப்படியே நீ வேணி மாதிரி இருக்க" என்று சொன்னவுடன்.

"ஏன் என்று கேட்க"

",ம்ம் அவளும் இப்படித்தான் முதன்முதலில் கோவிலுக்கு போகணும் சொன்னா"என்று அவள் சொன்னதை நினைவூட்ட...

"என்னதான் இருந்தாலும் வேணியை உங்களால மறக்க முடியாது ல" என்றதும்.

"உன்னை ஏத்துக்கிட்டேன் ஆனால் முழுசா வேணியை மறக்க முடியாது தீப்தி. என்னதான் இருந்தாலும் அவள் என் முதல் மனைவி " என்றவனை ஒருகணம் பார்த்தவள்...

"உங்களை நினைச்சா ரொம்ப பெருமையாக இருக்கிறது" என்று சொல்ல..

"ஏன் அப்படி" என்று புருவத்தை உயர்த்த...

"இல்லை, உங்கள் லைபில க்ராஸ் ஆகுற யாரையும் நீங்க அவ்வளவு லேசுல விட்டுக்குடுக்கிறது இல்லை ல. சொல்லப்போனால் உயிரோடு இல்லாத வேணியை கூட உங்களால இன்னும் மறக்க முடியல... உயிரோட கூடவே வாழ்ற மனைவியை நினைச்சு பார்க்க கூட நேரம் இல்லாத கணவன்மார்கள் மத்தியில் நீங்க இறந்து போன மனைவி மேல இன்னமும் பாசம் வச்சிருக்கீங்க" என்று சொல்ல....

"உண்மை தான் தீப்தி. நான் அவ்வளவு லேசுல யாரையும் மறக்க மாட்டேன். என்னதான் நீ அனாமிகாவுக்காக என்னை கல்யாணம் பண்ணிக்க சம்மதிச்சாலும் உனக்கு முழுவதுமாக மனைவி அப்டிங்கிற அந்தஸ்து நான் தருவேன். வேணியை ஒருபக்கம் மனசுல இருக்கானா நீ என்னோட மறுபக்கம் இதயத்தை இருக்க.." என்று தனக்கே உரிய வசிகர புன்னகையை சிந்த...அவளும் புன்னகையித்தபடி

தீப்தி

"தட்ஸ் குட் மை டியர் ஹஸ்பண்டு" என்று எழுந்து மீண்டும் குளியலறைக்கு செல்ல...

"மேடம் இப்பதானே குளிச்சிங்க" என்று வினவ..

"அதான் இன்னொரு வாட்டி குளிக்கும்படி ஆக்கிட்டிங்களே" என்று சிரித்துவிட்டு மறுபடியும் ஸ்நானம் செய்தாள். அவனும் அவள் வந்தப்பின் குளித்துவிட்டு வந்து தயார் ஆகிக்கொண்டு இருவரும் கோவிலுக்கு நடந்தே புறப்பட்டனர்.

மலைப்பகுதி என்பதால் நடப்பது ஒரு அலாதியான சுகம் தான். கூட்டநெரிசல் எதுவும் இன்றி இன்பமாக காற்றை சுவாசித்தவாறு நடக்கலாம். சிறிது தூர நடைப்பயணம் கொள்ள அங்கு ஓர் பிள்ளையார் கோவில் இருந்தது.

இருவரும் கண்மூடி கடவுளை மனதார நினைத்துவிட்டு கோவிலை சுற்றி வந்தனர்.

தொடரும்

அத்தியாயம் 17

இன்னும் பத்தே மாதத்தில் மீண்டும் குழந்தை சத்தம் வீட்டில் கேட்கக்கூடும் என்ற நம்பிக்கையுடன் ஹனிமூனிலிருந்து ஊருக்கு புறப்பட்டனர் தம்பதியினர்.

இருவரது நம்பிக்கையும் வீண்போகாதபடி கடவுள் தான் அருள் புரியவேண்டும். அங்கு ரகுவும் ராதிகாவும் நல்லபடியே வாழத்துவங்கினர். இவர்களுக்குள் பெரியதாக உரையாடல் எதுவும் இதுவரை நடக்கவில்லை. எதார்த்தமான கணவன் மனைவியின் வாழ்க்கை எப்படி துவங்குமோ அப்படித்தான் இருந்தது.

இருவருக்கும் இடையே பகிர்ந்து கொள்ள நிறைய இருந்தாலும் பெரியதாக சந்தர்ப்பம் எதுவும் அமையவில்லை.

"என்னங்க நமக்கு கல்யாணம் ஆகி எங்கேயும் போகவேயில்லை எங்கயாவது கூட்டிட்டு போங்க" என்றதும்.

"எங்கே போகணும் நீயே சொல்லிடு" என்றவனை ஏறிட்டவள்.

"ம்ம்ம் ஒரு நல்ல மூவி போலாமே" என்றதும். அவனுக்கு அதுவே சரியென தோன்றியது. இருவரும் டிக்கெட் எடுத்துக்கொண்டு தியேட்டரில் நுழைந்தனர். படம் ப்ளாக் பஸ்டர் என்பதால் தியேட்டரில் விசில் சத்தம் காதை பிளந்தது. அவனருகே அமர்ந்த ராதிகா

"என்னங்க பேசுற சத்தம் கூட காதுல விழாது போலருக்கு" என்று சொல்ல...

"ம்ம்ம் ஆமாம்" என்றபடி படத்தில் கண்ணுமாய் இருந்தனர். படத்தின் இடைவேளி வந்தவுடன் தான் வெளிச்சத்தில் ஒருவர் முகத்தை ஒருவர் பார்த்து சிரித்தனர் "எதாவது சாப்பிடுறீயா" என்று ரகு கேட்க...

தீப்தி

"இல்லைங்க எதுவும் வேணாம்" என்றதும்.

"சரி படம் ஓகேவா" என்றதும் அதற்கும் தலையசைக்க...

"உன் கிட்ட ஒன்று சொல்லனும் ராதிகா" என்றதும்.

"என்னங்க"? என்க.

"இல்லை... எனக்கு ஒரு பாஸ்ட் லவ் இருந்துச்சு" என்றதும்.

"வெயிட் வெயிட் இதை பற்றி எதுவும் பேசாதிங்க. உங்கள் பாஸ்ட் எனக்கு தேவையில்லை ஏன்னா நான் அங்க வாழவேயில்லை...நான் இல்லாத ஒரு காலத்துல நடந்த உங்கள் லவ் பற்றி நான் ஏங்க ஃபீல் பண்ணனும். நீங்க யாரை லவ் பண்ணீங்கனு கூட நான் தெரிஞ்சிக்க விரும்பலை" என்று சிரித்தபடி இயல்பாக கூற...

"வாட் எ மெச்யூரிட்டி" என்று வியந்தான். அவளோ வேற எதாவது பேசலாம் என்று சூழலை மாற்றிவிட்டு பேச்சை துவங்கினாள்.

"ஏங்க இந்த சன்டே வீட்டுக்கு தேவையான திங்க்ஸ் எல்லாம் கொஞ்சம் வாங்கனும். வேற எதுவும் கமிட்மண்ட்ஸ் இல்லையே" என்று கேட்க...

"இல்லை ராதிகா, கண்டிப்பாக ஷாப்பிங் கூட்டிட்டு போறேன்" என்று சொல்ல..

"ஏங்க போகுறப்போ அத்தைது ஷுகர் டேப்லட்ஸ் வாங்கிட்டு போகணும்" என்று அதையும் நினைவூட்ட...

"ராதிகா...." என்று அவள் பெயரை உச்சரித்தவன் அவள் திரும்பியவுடன்.

"ஜயம் ஸோ லக்கி டு ஹேவ் யு" என்று சொல்ல... அவளோ புன்முறுவலுடன்

"சரி சரி படம் ஆரம்பிச்சிடுச்சு", என்று மீண்டும் திரையை பார்க்க துவங்கினர். படம் முடிந்து இருவரும் வீட்டுக்கு பைக்கில் வந்துக்கொண்டிருக்க அங்கு எதிர்பாராமல் ஓர் வழிப்பறி கூட்டம் இவர்களை வழி மறித்தது. கழுத்தில் மின்னும் செயின் மீதே அவர்களின் கண்.

ரகு பைக்கை விட்டு இறங்கி ஓங்கி அவன் முகத்தில் குத்து விட வழிந்த ரத்தக்கசிவுடன்
"யப்பப்பா என்னா அடி ஆளவிடுறா சாமி" என்று தப்பித்து ஓட இதைக்கண்ட ராதிகா

"சபாஷ் மிஸ்டர் ரகு. ஹிரோயிசம் எல்லாம் வருமா" என்று கேட்க...

"தைரியம் இருந்தால் எல்லாருமே ஹீரோ தான் ராதிகா" என்று புன்னகையித்தபடி பைக்கை கிளப்பினான். வீடு வந்து சேர்ந்தனர். வீட்டிற்குள் நுழைந்ததும் அன்றைய நிகழ்வை எல்லாம் அசைப்போட்டபடி உணவு சாப்பிட்டு விட்டு படுக்கச் சென்றனர்.

உறங்கும்போது அவளுக்குள் இனம் புரியாத சந்தோஷம். ஒரு கணவன் எப்படி இருக்கவேண்டுமோ அத்தனை குணமும் ரகு கிட்ட இருக்கிறதே என்று தனக்குள் மெச்சிக்கொண்டாள்.

......
நாட்கள் மெல்ல நகர்ந்தது.

இந்த மாதம் தீப்தியிற்கு மாதவிலக்கு வரவேயில்லை அவளும் அதை பெரியதாக கண்டுக்கவேயில்லை. ஏனெனில் வயது 30 தொடக்கத்திலிருந்து அவளுக்கு இடைவேளிவிட்டு தான் மாதவிடாய் வந்துக்கொண்டிருக்க... தற்போதும் சும்மா வழக்கம் போல் தான் என்று நினைக்க

தீப்தி

ஆனால் அறிகுறிகள் அவள் கர்ப்பவதியாக இருப்பதற்கான சான்றை காட்டியது.

"ப்ச்ச் சாதம் வேகுற வாசனை ,கடுகு பொறியிற வாசனை எல்லாம் குமட்டுதே என்னவா இருக்கும்" என்று யோசித்தவாறு தீரனிடம் கேட்க…அவன் உதட்டில் சிரிப்பு மலர்ந்தது. உடனே அவள் நாடிகளை பிடித்து பார்த்தவன் ஒரு மருத்துவனாய் அவள் கருவுற்று இருப்பதை உறுதிப்படுத்தினான்.

"எதுக்கும் ப்ரெக்னன்ஸி கார்டு போட்டு பார்ப்போம்" என்றான் தீரன்.

அவளும் அவ்வாறே செய்ய பாஸிட்டிவான தகவல் வந்தது. அந்த இரண்டு கோடுகளை உற்று நோக்கியவள்..

"என்னங்க ரியலி ஐயம் ப்ரெக்னன்ட்" என்று சொல்லி கண்ணீர் வடிக்க…அவள் தலையை வருடியவன்..

"எஸ்..மை டியர் " என்று புன்னகையித்தான்.

"மறுபடியும் இந்த வீட்ல வேணி அக்கா குழந்தையா வரட்டும்" என்று வேண்டிக்கொள்ள…

"ஆமாம் தீப்தி… பையன் பிறந்தாலும் வேணுகோபால் என்று பெயர் வைக்கனும். வேணி நியாபகமா இந்த வீட்ல ஒரு பிள்ளை வரப்போகிறது" என்று ஆனந்த கண்ணீர் சிந்தியவன் பாசத்தில் தீப்தியை அணைத்துக்கொண்டான்.

ரேவதி இதை கேட்டதும்…

"தீப்தி செல்லம் இவ்வளவு இனிப்பான செய்தியை சொல்லியிருக்க…உனக்கு எப்படி நன்றி சொல்றதுனே தெரியல…அனாமிகா தனியா வளர்கிறாளேனு ரொம்ப வருத்தப்பட்டேன். ஆனால் இப்ப அந்த கவலை இல்லை"

என்று கண்ணீர் மல்க தெரிவிக்க... அனைவரும் வீட்டில் மகிழ்ச்சி அடைந்தனர். ஆனால் அனாமிகாவை தவிர...

உம்மென்று அமர்ந்திருந்தாள் அனாமிகா.

"செல்லம் ஏன்டா அமைதியா இருக்க" என்று தீரன் கேட்க..

"கிட்ட வராதிங்க. இனி உங்களுக்கு செல்லம் நான் இல்லை..." என்று கோபமாக பதில் சொல்ல.

"ஏன் மா"? என்று வினவ.

"அதான் இன்னொரு குட்டிபாப்பா வரப்போகுதே..நான் எதுக்கு உங்களுக்கு" என்க..

"இல்லை டி செல்லம் எப்பவும் நீ தான் ப்ர்ஸ்ட்"என்றுரைக்க.

அவள் அதையும் காதில் வாங்காமல் கொஞ்ச வந்த அவன் கைகளை இடறிவிட்டு ஓடிப்போய் அறையில் அழுதுக்கொண்டு இருந்தாள். இதுவரை தாய் இல்லாத ஏக்கம் ஆனால் தீப்தி வந்தவுடன் சரியாயிற்று ஆனால் தற்போது தான் நிராகரிக்க போகிறோமோ என்ற பயம். பாவம் சின்ன குழந்தை தானே...

ரேவதி ஒருவழியாக சமாதானம் படுத்தி அவளை உறங்கவைத்தார். ஒருவிதத்தில் அனாமிகாவின் பயமும் நியாயமானது தான். என்னதான் இருந்தாலும் தீப்தி சித்தி தானே பெற்ற தாய் அல்லவே...

தனக்கென ஒரு பிள்ளை வந்துவிட்டால் கொஞ்சம் மாறிதானே போவாள். ஆனால் நம் கதாநாயகி அப்படியா?

தொடரும்.

அத்தியாயம் 18

அவள் கருவுற்ற காரணத்தினால் அவள் மீது அதீத கவனம் செலுத்த துவங்கினான் தீரன். ஒரு கணவனாக மட்டுமின்றி ஒரு மருத்துவனாகவும் கூடுதல் கவனம் கொண்டான். இதுவரை இல்லாத ஈகோ அனாமிகாவுக்கு முளைத்தது.

இத்தனை நாள் வரை தன் மீது மற்றும் அன்பாய் இருந்தவன் தற்போது தீப்தி மீது செலுத்துகிறானே என்ற ஈகோ. இது ஈகோ என்று சொல்லிவிடமுடியாது ,ஒருவிதமான நிராகரிப்பின் வலி. அந்த வலியை அனுபவித்தவளுக்கோ அவளுக்கென்று யாருமில்லை என்ற உணர்வு.

ஆனால் தீரனோ மனைவி கருவுற்றிருந்த தருணத்தை ஒரு ஆண்மகன் எவ்வாறு கொண்டாடுவானோ அவ்வாறே இருந்தான். தீப்திக்கோ தாய்மையின் உணர்வு..

இப்படி அவரவர் சூழலில் அவரவர் சரியே இருப்பினும் அனாமிகாவுக்கு அதெல்லாம் புதியதாக தோன்றியது. சதா எந்நேரமும் தனியாக போய் அமர்ந்து கொள்வாள். காரணம் கேட்டால் பதிலும் வராது.

இதற்கிடையில் திவ்யா தீப்தியை காண மும்பைக்கு விரைந்து வந்தாள். ஆச்சரியத்துடன் தீப்தியோ..

"அக்கா...என்ன இது சர்ப்ரைஸ்" என்க.

"ஆமாம் தீப்தி. உன்னை கண்ணும் கருத்துமா பார்த்துக்க வேண்டியது இனி என்னோட பொறுப்பு என்றதும்.

"அட...நான் எதுக்கு இருக்கேன். இதை விட பெரிய வேலை எனக்கு என்ன இருக்கு" என்று ரேவதி சொல்ல...

"அப்படி இல்லை ஆன்டி தீப்திக்கு அம்மாவும் இல்லை. விவரம் தெரிஞ்ச நாளிலிருந்து நான் தான் அவளை

பார்த்துக்குறேன். இந்த மாதிரி சமயத்தில் நான் அவள் கூடவே இருந்தால் நல்லாருக்கும்" என்று சொல்லி முடிக்க...

"ம்ம்ம் அதுவும் சரிதான் நீ இங்கே தங்கி உன் தங்கச்சியை நல்லபடியா பார்த்துக்கோ" என்று சொன்னவுடன் முகம் மலர...

"தாங்க்ஸ் ஆன்டி" என்றாள்.

இவ்வளவு நாள் தனிமையை உணர்ந்த அனாமிகாவோ திவ்யாவின் குழந்தை ருத்வாவை பார்த்தவுடன் மகிழ்ச்சியாக அதனுடன் விளையாட துவங்கினாள். அந்த மகிழ்ச்சி அவளுடைய எல்லா துயரத்தையும் மறக்க செய்தது. ஆனாலும் தீப்தியிடம் சரியாக அனாமிகா பேசுவதே இல்லை...

இப்படியே நாட்கள் நகர்ந்தது.

திவ்யா வந்ததிலிருந்து தீப்தியும் திவ்யாவும் ஒரே அறையில் உறங்க தீரனோ தனியே அனாமிகாவை வைத்துக்கொண்டு வேறொரு அறையில் படுத்துக்கொள்ள...

"அப்பா...இந்த தீப்தி மா ரொம்ப மோசம்"என்று முகத்தை சுளிக்க.

"செல்லம் என்ன ஆச்சு உனக்கு ஏன் தீப்தியை கோச்சிக்கிற" என்றதும்.

"பின்ன என்னப்பா வந்த கொஞ்ச நாளிலேயே என்னையும் உங்களையும் கண்டுக்கிறதே இல்லை" என்றதும்.

"அனாமிகா..இதெல்லாம் உனக்கு எப்படி சொல்லி புரிய வைக்கிறது. சீக்கிரமே நம்ம வீட்டுக்கு ஒரு பாப்பா வரப்போகிறது. அதனால தீப்தி நல்லா ரெஸ்ட் எடுக்கணும். தீப்தியை பார்த்துக்க அவங்க அக்கா வந்துருக்காங்க. அதான் நீயும் நானும் தனியா படுத்துருக்கோம்" என்றதும்.

எதையோ புரிந்து கொண்டது போல தலையை அசைத்தாள் அனாமிகா. அவள் தன்னிடமிருந்து விலகி போகிறாள் என்பதை உணர்ந்து கொண்ட தீப்தி வெகுவாக அனாமிகாவை கவர்ந்திட கையில் ஒரு சாக்லேட் வைத்துக்கொண்டு...

"செல்லம் இங்கே வாங்க" என்றதும் முதலில் முடியாது என தலையசைக்க சாக்லேட்டை நீட்டியவுடன் அதனை பெற்றவள்.

"ஆனாலும் தீப்திமா உங்கள் மேல எனக்கு கோபம்" என்று கூறியவுடன் அவளுக்கு எதுவும் விளங்கவேயில்லை.

"ஏன் என் மேல கோபம் நான் என்ன பண்ணேன்" என்று கேட்டதும் அனாமிகாவால் துர்க்கத்தை அடக்கமுடியவில்லை...ஓவென்று அழத்துவங்கினாள்.

அவளை சமாதானம் செய்யும் விதமாக கட்டியணைத்து நெற்றியில் முத்தமிட்டு.

"என்ன ஆச்சு" என்று கேட்க...

"உங்களுக்கு பாப்பா பொறந்தா என்னை மறந்துடுவீங்கல"...என்று கேட்டவுடன் அவளுக்கு ஒருமாதிரியாக இருந்தது.

"இல்லை... இல்லை அப்படி எல்லாம் இல்லை" என்று அவள் சொன்னதும் அதை ஏற்க மறுத்தாள் அந்த சிறுமி. அவளுடைய உணர்வுகளை எல்லாம் தீப்தியால் நன்கு புரிந்து கொள்ள முடிந்தது. எனவே ஒரு முடிவுக்கு வந்தாள். அவள் எடுக்கும் அவ்வளவு சுலபமாக யாராலும் எடுக்க இயலாது. சொல்லப்போனால் இந்த முடிவு அவளுக்கு மிகவும் வேதனையை தரும். ஆனாலும் அனாமிகாவுக்காக இந்த முடிவை எடுத்தாள். இதற்கு தீரன் சம்மதம் தெரிவிக்க

வாய்ப்பில்லை என்றாலும் ஒருமுறை அவனிடம் கேட்டுவிட வேண்டும் என்று முடிவுக்கு வர...

"என்னங்க" என்றழைக்க..

"என்ன தீப்தி? நீ தூங்க போகலை...உங்கள் அக்கா உனக்காக வெயிட்டிங். நீ என்னடா னா...இங்கே வந்து நின்னுட்டு இருக்க" என்றதும்.

"உங்கள் கிட்ட ஒரு முக்கியமான விஷயம் பேசணும்" என்க.

"என்ன" என்று கேட்க...

"இல்லை... அது வந்து"

"சொல்லு" ...என்று அழுத்தமாக சொல்லியதும்.

"நமக்கு அனாமிகா மட்டும் போதுமே. இந்த குழந்தை வேண்டாம்னு தோன்றுது"

"வாட்" என்று தீரன் சற்று கோபத்துடன் கத்த...

"ஆமாம் தீரன் அபார்ட் பண்ணிடலாம்" என்று சொன்ன அடுத்த நிமிடம் அவள் கன்னத்தை அவன் கைகள் பதம் பார்த்தது.

"என்ன சொல்றனு தெரிஞ்சு தான் சொல்றீயா", என்று அவனுடைய அதட்டலில் சற்று மிரண்டு தான் போனாள் தீப்தி.

"இல்லைங்க அனாமிகா தனிமையை உணர ஆரம்பிச்சிட்டா. எங்கே அவள் மேல காட்டுற அன்பு பறிபோயிடுமோனு பயப்படுறா...அதான்" என்றதும். "அப்படியா மேடம் வெரிகுட். வாங்க நான் டாக்டர் தானே வாங்க நானே அபார்ட் பண்ணி விடுறன்" என்று தரதரவென கைபிடித்து அவனுடைய அறைக்கு அழைத்து செல்ல ...

தீப்தி

"அய்யோ விடுங்கள்..." என்று கையை உதறியவள்.

"என்னங்க ஒரு பேச்சுக்கு சொன்னால் நிஜமாவே பண்ணிருவீங்களா" என்று கேட்க...

"ஸோ...உனக்கு விருப்பம் இல்லை . மற்ற பொண்ணுங்களுக்கு இருக்கிற அதே உணர்வு தானே உனக்கும். என்னமோ அனாமிகா சொல்லிட்டானு என்கிட்ட வந்து பேசுறியே. என் மனசு கஷ்டபடுமேனு கொஞ்சம் ஆச்சும் யோசிச்சியா" என்று கேட்டதும். அவளறியாமல் கண்கள் கலங்கியது.

"இல்லைங்க சாரி இனிமேல் இந்த மாதிரி பேசமாட்டேன்" என்று அவன் இதயத்தில் தன் முகத்தை புதைத்து கொண்டாள். அனாமிகாவுக்கும் தன்னுடைய தாய்மை உணர்வுகளுக்கும் இடையே போராடிக்கொண்டிருக்க..

இப்படியே அவளுடைய ஐந்தாம் மாதம் பூமுடிக்கும் சம்பிரதாயமும் வந்துவிட்டது. பிரகாஷ் மீனாட்சி ராஜேந்திரன் என்று அனைவரும் மும்பைக்கு விரைந்தனர். இது தாய்வீட்டில் செய்யும் சம்பிரதாயம் என்பதால் இதனுடைய மொத்த செலவையும் பிரகாஷ் ஏற்றுக்கொண்டான்.

"பிரகாஷ் இதெல்லாம் நானே பார்த்துபேனே" என்று தீரன் சொல்ல..

"இல்லை தீரா...இது தாய் வீட்டு சார்பில் ஒரு அப்பா ஸ்தானத்தில் இருந்து நான் தான் பண்ணணும்" என்று பிரகாஷ் கைகுலுக்க...நண்பர்கள் இருவரும் ஒருவர் முகத்தை ஒருவர் பார்த்து சிரித்தனர்.

தொடரும்.

அத்தியாயம் 19

வருடங்கள் பல கடந்தன....

தீப்தி கையில் சோறுடன் தன் மகன் ஆகாஷை பின்னே துரத்திய வாறு.
"நில்லுடா ஆகாஷ்" என்று விரட்டிக்கொண்டிருக்க.. பத்து வயது அனாமிகாவோ.

"மாம் இங்கே பாருங்க..இந்த வேணி எல்லாத்தையும் கலைச்சு விட்டுட்டு இருக்கா" என்க..

"வேணி சும்மா இருடா தங்கம் என்று குரல் கொடுத்தவாறு " அவள் அருகே செல்ல..

"அப்படியே நம்ப வேணி மாதிரி யே இருக்கா துருதுருவென்று" என ரேவதி தீரனிடம் சொல்ல...

நம் தீப்தியிற்கோ முகமே மாறியது. ஆகாஷை அழைத்துக்கொண்டு பால்கனியில் சோறு ஊட்டிக்கொண்டு இருந்தாள். ஆம் தீப்தியிற்கு பிறந்தது இரட்டை குழந்தைகள். ஆகாஷ் வேணி இருவரும் பார்க்க ஒரே சாயலில் இருப்பர். இவர்கள் இருவரும் பிறந்தவுடன் அனாமிகாவுக்கு இவர்களை பிடித்துப்போக பெரும்பாலும் அவள் தான் வேணியை பார்த்துக்கொள்வாள். மறைந்துப்போன தன் பெற்ற தாயும் திரும்பி கிடைத்துவிட்டது போன்ற ஓர் உணர்வு.

ஆனால் தீப்தியிற்கோ வேலை அதிகமாயிற்று. ஒருபக்கம் அனாமிகாவை பள்ளிக்கூடம் அனுப்பிவைத்து ஆகாஷ் வேணியை ப்ளே ஸ்கூலில் விட்டு பிறகு தீரனை மருத்துவமனைக்கு வழியனுப்பிவிட்டு...

தீப்தி

"ஷ்ஷ்ப்பா....." என்று அவள் ஓய்வாக அமர மணி 10 30 ஆகிடும். அன்று மென்பொருள் நிறுவனத்தில் சுறுசுறுப்பாக இயங்கிக்கொண்டிருந்த தீப்தியோ இன்று முழுவேலையாக இல்லத்தரசியாகிவிட்டாள். அவளால் நினைத்துக்கூட பார்க்க இயலாத ஒரு வாழ்க்கை.

ஆம் டாக்டர் தீரனின் மனைவி என்ற அங்கிகாரமும். மூன்று பிள்ளைகளின் தாய் என்ற உணர்வும் அவள் வாழ்க்கையை முழுமையாக்கியது. ஆனால் என்ன வழக்கமாக இல்லத்தரசிகளுக்கு வரும் ஈகோ பொஸஸிவ் எல்லாம் இவளுக்கும் ஒட்டிக்கொண்டது.

வேணி பிறந்ததிலிருந்து அவளை தீரன் "வேணி செல்லம்...வேணி செல்லம்" என்று கொஞ்சும்போதெல்லாம் இவளுக்கு கோபம் வருவதுண்டு. ஏனெனில் இறந்து போன அவனது மனைவியின் பெயரை மூச்சுக்காற்று போன்று சுவாசித்துக்கொண்டிருக்கிறானே என்ற ஏக்கம் தான்.

அன்று வேலை முடித்துவிட்டு வீட்டுக்கு வந்த தீரன் வேணியை தூக்கியவாறு

"வேணி செல்லம் இன்னும் உங்களுக்கு தூக்கம் வரவில்லையா" என்று சிரித்துக்கொண்டே தன் மகளிடம் கேட்க வெடுக்கென்று அவனிடமிருந்து குழந்தையை வாங்கிக்கொண்டு

"வா வந்து தூங்கு. ஆகாஷ் எவ்வளவு சமத்தா தூங்குறான் நீயும் இருக்கியே" என்று அதட்டிக்கொண்டே ஓரக்கண்ணால் தன் கணவனை பார்க்க...

"ஹாஹா என் மேல இருக்கிற கோபத்தை ஏன் மா குழந்தை மேல காட்டுற" என்க..

"உங்கள் மேல எனக்கு கோபம் இல்லை... நீங்க வச்ச பேரு மேல தான் கோபம்" என்றவுடன்

"எது வேணினு பெயர் வச்சதா?அடிப்பாவி நீ தானே டி அக்காவே திரும்பி பிறந்துருக்காங்க அவங்க பெயரையே வக்கலாம்னு அடம்பிடிச்சு வச்ச" என்று தீரன் சொன்னவுடனே

"அட ஆமாம், ஆனால் இப்படி மூச்சுக்காற்று விடற மாதிரி முன்னூறு தடவை வேணி வேணினு சொல்லும்போது கடுப்பாகுது தீரன்" என்று முகத்தை திருப்பிக்கொள்ள .

மெல்ல அவளருகே சென்றவன் தன் பக்கம் முகத்தை திருப்பி..
"தீப்தி.. உனக்கு இதுதான் பிரச்சினை என்றால் இனி நம்ப பாப்பாவை வேணினு கூப்பிடல...அம்முகுட்டினு கூப்பிடுறேன் போதுமா" என்று கண்சிமிட்ட ..

"அப்படியெல்லாம் எனக்காக ஒன்றும் மாத்திக்கவேண்டாம் உங்கள் வேலையை பாருங்க" என்க உதடு சுளிக்க..

"ஏய் இப்படி பேசினால் எப்படி. இங்கப்பாரு உனக்கு பிடிக்காத எந்த விஷயமும் நான் செய்யமாட்டேன் ஓகேவா. " என்றவுடன்.

"ஏங்க... நான் ஒன்னு கேட்கவா" என்று புருவம் உயர்த்த.

"கேளு " என்று புன்னகையித்தவனிடம்.

"நான் எவ்வளவு பண்ணாலும் அட்ஜஸ்ட் பண்ணி போறிங்க ஏன் இப்படி" என்க..

"பிகாஸ் வேணியை எந்த அளவு விரும்பினேனோ அதை விட அதிகமாக உன்னை விரும்புறேன். இன்பேக்ட் இப்ப நான் வாழ்ற இந்த சந்தோஷமான வாழ்க்கை நீ கொடுத்தது" என்று கூறியவனை ஒருநொடி கண்சிமிட்டாமல் நோக்கியவள்.

தீப்தி

"சாரி....என்னோட பொஸஸிவ் உங்களை ஹர்ட்
பண்ணிருந்தா சாரி" என்று அவன் தோள் சாய்ந்தவளை
தலைவருடியவன்.

"ஹாஹா சொல்லப்போன நீயும் டிபிகல் இந்தியன் விமன்
தான். பொதுவாக கணவனிடம் காட்டும் சின்ன சின்ன
கோபம் பொஸஸிவ் தான் நீயும் காட்டுற. பட் இதெல்லாம்
புரிஞ்சிக்க தெரியாத ஆம்பளைங்க தான் மனைவிகிட்ட
கோபப்பட்டு சண்டை போடுவாங்க. ஆனால் ஒரு டாக்டரா
என்னால ஒருத்தரோட மனசை ஈஸியாக புரிஞ்சிக்க
முடியும். அதுமட்டுமின்றி மனைவியை முழுவதுமாக
ஏற்றுக்கொண்ட எல்லா ஆம்பளையும் இதெல்லாம்
சாதாரணமாக தான் எடுத்துப்பாங்க." என்று சொன்னவனை
நிமிர்ந்தவள்.

"தாங்க்ஸ் ஸோ மச்" என்றவளை புரியாமல் பார்த்தவன்.

"தீப்தி எதுக்கு டி தாங்க்யூ" என்று வினவ..

"இப்படி ஒரு லைப் நீங்க எனக்கு கொடுத்ததற்கு" என்றதும்.

"ம்ம்ம் சரி எனக்கு தாங்க்ஸ் எல்லாம் வேணாம் ஆனால்
வேற ஒன்று வேணுமே"என்று புதிராக கூறியவனை
ஆர்வமாக பார்த்தவள்..

"சொல்லுங்கள்" என்றாள்.

"சொல்ல எல்லாம் முடியாது செய்து வேணும்னா
காட்டுறேன்" என்று கூற புரியாது விழித்தவளை தன்
இதழ்களால் சிறைப்பிடித்தான்.

அவன் காதல் ஸ்பரிசத்திலிருந்து மெல்ல தெளிந்தவளாய்.
"இதென்னங்க விளையாட்டு குழந்தைங்க தூங்கிட்டு
இருக்காங்க" என்று சிணுங்க...

"தூங்கிட்டு தானே இருக்காங்க" என்று புன்னகையித்தான்
தீரன்.

"அய்யோ...உங்கள் பசங்க விலுக்கென்று எழுந்திடுவாங்க
அம்மா அம்மானு ஆளை விடுங்க" என்றபடி தன்
தலையணையை சரிபடுத்தி தலையை சாய்த்தாள். அவனும்
அவள் விழிகளை பார்த்துவிட்டு உறக்கத்திற்கு சென்றான்.

இந்த அழகான வாழ்க்கை இப்படியே தொடர்ந்து செல்ல
வாழ்த்துவோம். வாழ்க வளமுடன்.

நன்றி.